மாயமாகும் கொண்டாட்ட வெளிகள்

ஜான் பாபு ராஜ்

வேரல்
புக்ஸ்

வேரல்
புக்ஸ்

வேரல் புக்ஸ் வெளியீட்டு எண்: 98

மாயமாகும் கொண்டாட்ட வெளிகள் * ஜான் பாபு ராஜ்© * கட்டுரைகள் *
முதல் பதிப்பு: ஜனவரி 2024 * பக்கங்கள்: 98 *
வேரல் புக்ஸ் * 6, இரண்டாவது தளம், காவேரி தெரு, சாலிகிராமம், சென்னை - 600093 *
மின்னஞ்சல்: veralbooks2021@gmail.com * தொலைபேசி: 9578764322 *
அட்டை வடிவமைப்பு: லார்க் பாஸ்கரன் * லேஅவுட்: சந்தோஷ் கொளஞ்சி

Mayamagum Kondatta Veligal * John Baburaj© * Essays *
First Edition: January 2024 * Pages: 98 *
Veral Books * No: 6, 2nd Floor, Kaveri Street, Saligramam, Chennai - 600093 *
Email ID: veralbooks2021@gmail.com * Phone: 9578764322 *
Wrapper Designed by: Lark Bhaskaran * Layout Designed by: Santhosh kolanji

Rs. 140

ISBN: 978-81-967929-1-6

பப்பா, அண்ணன் இருவரின்
நினைவுகளுக்கு....

உள்ளே

1. மாயமாகும் கொண்டாட்ட வெளிகள் 7
2. விமர்சனக்கலை 16
3. செலுலாயிட் 23
4. காற்று நம்மை ஏந்திச் செல்லும் 30
5. விசாரணை 43
6. சார்பட்டா பரம்பரை 49
7. திரைப்படங்களில் தர்க்கம் 54
8. சமகால மலையாள சினிமா 62
9. மலையாள சினிமாவில் தமிழர் சித்தரிப்பும், விமர்சனங்களும் 77
10. வால்டர் பெஞ்சமின் 90

மாயமாகும் கொண்டாட்ட வெளிகள்

சென்னை சாந்தி திரையரங்கை விரைவில் இடிக்கப் போகிறார்கள் என்று அறிய நேர்ந்த போது சிறிது வருத்தமேற்பட்டது. எனது அனுபவத்தில் பல திரையரங்குகள் இடிக்கப்பட்டு கல்யாண மண்டபங்களாகவும், குடியிருப்புப் பகுதிகளாகவும் மாறியிருக்கின்றன. அப்போதெல்லாம் இல்லாத வருத்தம் சாந்தி திரையரங்கு விஷயத்தில் ஏற்பட்டதற்கு சமீபமாக அத்திரையரங்கில் தொடர்ச்சியாக திரைப்படங்கள் பார்த்தது காரணமாக இருக்கலாம். முக்கியமாக சிவாஜி கணேசனின் கௌரவம் படத்தை சில வாரங்கள் முன்புதான் அத்திரையரங்கில் பார்க்க நேரிட்டது. திரையரங்கு இடிப்பை என்னிடம் சொன்ன நண்பர் இன்னொரு தகவலையும் கூறினார். திரையரங்கை இடித்துவிட்டு ஷாப்பிங் மாலுடன் கூடிய மல்டி பிளக்ஸ் கட்டப் போகிறார்களாம். நண்பர் சொன்னது உண்மையாகுமெனில் இனி ஒருபோதும் கௌரவம் படத்தை அங்கு பார்க்க முடியாது. கௌரவம் என்றில்லை அது போன்ற எந்தவொரு பழைய திரைப்படத்தையும் அந்த வளாகத்தில் எதிர்பார்ப்பதற்கில்லை. எம்.ஆர்.ராதா, எம்.ஜி.ஆர்., சிவாஜி கணேசன் மட்டுமின்றி ஆரம்பகால கமல், ரஜினியையும் மல்டி பிளக்ஸ்களின் ட்ரெஸ்கோட் உள்ளே அனுமதிப்பதில்லை.

திரையரங்குகள் குறித்துப் பேசும்போது முக்கியமானது அவை தமிழகத்தில் அறிமுகமான காலகட்டம். எனது வாசிப்பினூடாக அந்தக் காலகட்டம் குறித்த சித்திரம் ஒன்றை உருவாக்கி வைத்திருக்கிறேன். அனேகமாக எனது நண்பர்கள் ஒவ்வொருவரிடமும் அதுபோன்றதொரு சித்திரம் உள்ளது. ஒருசில நிற வேற்றுமைகளைத் தாண்டி சித்திரங்களுக்கிடையே ஒற்றுமைகள்தான் அதிகம். சிறப்பாக மூன்று விஷயங்கள்.

முதலாவதாக சாதி, வர்க்க ஏற்றத் தாழ்வுகள் ஒப்பீட்டளவில் இன்றைவிட அன்று மிக ஆழமாகவும், வெளிப்படையாகவும் இருந்தன என்பது. இரண்டாவது இந்தப் பாகுபாடு கலைகளிலும் வெளிப்பட்டது. கீழ்சாதியினரின் கலைகள் களங்கமுடையதாகவும், மேல்சாதியினர் தங்களுக்கு உரியதாக தேர்வு செய்த கலைகள் புனிதமானதாகவும் வலியுறுத்தப்பட்டன. ஒரு பரத நாட்டிய கலைஞருக்குரிய கௌரவமும், கரன்சி மதிப்பும் இன்றும்கூட ஒரு தப்பாட்டக் கலைஞருக்கு கிடைப்பதில்லை. அன்றைய வரலாற்றிலிருந்து இன்னொன்றையும் அறிய முடிகிறது. விளிம்புநிலை மக்களின் கலை வெளிப்பாடுகள் பெரும்பாலும் திறந்த வெளியிலேயே நிகழ்த்தப்பட்டிருக்கின்றன. அரங்குகள் மேட்டுக்குடியினருக்குரியது. இந்த அரங்குகளில் கீழ்சாதியினர் அனுமதிக்கப்பட்டதில்லை என்பது மூன்றாவது புரிதல்.

சாதி, வர்க்க சம்மட்டிகளால் சமூகம் கெட்டிப்பட்டிருந்த காலத்தில் திரைப்படத்தின் வருகை பெரு மழையென அமைகிறது. இறுக்கமான விதிகள் இந்த வருகையால் நெகிழ்ந்து கொண்டன. முக்கியமாக சாதி, இன, மத, வர்க்க வேறுபாடுகள் கடந்து எல்லோருக்குமான பொது வெளியாக திரையரங்குகள் உருவாயின. ஆண்டையும் அவனது அடிமையும் ஒரே அரங்கில் திரைப்படத்தை கண்டு ரசித்தார்கள். திரைப்படத்தின் வருகைக்குப் பிறகே அரங்குகள் உழைக்கும் மக்களின் கொண்டாட்ட வெளியாக மாறின. முன் வரிசை மேட்டுக்குடியினர் பின் வரிசைக்கு தள்ளப்பட்டனர். திரைப்படத்தின் வருகையால் நேர்ந்த தலைகீழ் மாற்றத்தின் சிறப்புக் குறியீடாக அமைந்தது இந்த வரிசை மாற்றம்.

ஒவ்வொரு திரையரங்கும் வெவ்வேறு அனுபவங்களை தரக்கூடியது. பால்யத்தில் திரைப்படம் பார்ப்பது திருவிழா

கொண்டாட்டத்திற்கு நிகரானதாக இருந்தது. திரைப்படம் பார்க்கப் போகிறோம் என்பதான அறிகுறி வீட்டில் தென்பட ஆரம்பிக்கும் போதே கொண்டாட்டத்துக்கான முரசு அதிரத் தொடங்கும். அதன் பிறகு ஒரே உற்சவம்தான். எங்கள் ஊர் தேவி திரையரங்கில் கணிசமான எண்ணிக்கையில் மரத் தூண்கள் உண்டு. தூண்கள் மறைக்காத இருக்கையை கண்டு பிடித்து அமர்வதென்பது மிகப் பெரிய சாகஸம். அப்போதெல்லாம் கண்டிப்பாக நியூஸ் ரீல்கள் ஒளிபரப்புவார்கள். அவற்றைப் பார்க்காமல் திரைப்படம் பார்த்த அனுபவம் முழுமையடையாது. வினோபா அடிகளையும், குண்டுகள் பொழியும் விமானங்களையும், கோதுமை அறுவடை செய்யும் குஜராத் விவசாயியையும் நியூஸ் ரீல்கள் வழியாகவே அனுபவப்பட்டேன்.

வேறு திரையரங்குகளில் நான் கண்டிராத ஒரு வினோதம் தேவி திரையரங்கில் இருந்தது. அரங்கின் ஒரு பகுதியை நெடுக்காக மூன்றடி உயர சுவர் பிரித்திருக்கும். சுவருக்கு அந்தப் பக்கம் பெண்கள். இந்தப் பக்கம் ஆண்கள். கூட்டம் அதிகமாகும்போது பெண்கள் ஆண்கள் பகுதியில் அனுமதிக்கப்படுவதுண்டு. ஆனால் ஒருபோதும் பெண்கள் பகுதியில் ஆண்கள் அனுமதிக்கப்பட்டதில்லை. அந்தவகையில் பெண்களுக்கு 33 சதவீத ஒதுக்கீடை தேவி திரையரங்கு அந்தக் காலத்திலேயே உறுதி செய்திருந்தது.

கல்லூரியில் படிக்கையில் பெண்களுக்கு நூறு சதவீத ஒதுக்கீடு தரும் திரையரங்குகள் இருப்பது தெரிய வந்தது. குறுகலான கவுண்டர் சந்தில் வியர்வை வழிய புழுக்கத்தில் ஆண்கள் பல மணி நேரமாக தொங்கிக் கொண்டிருப்போம். அதே கவுண்டரில் மெயின் கேட் வழியாக வரும் பெண்கள் பவுடர் கலையாமல் டிக்கெட் எடுத்துச் செல்வார்கள். கவுண்டரில் நமதுமுறை வரும் போது திரையரங்கு ஊழியர் கேட்டில் மாட்ட ஹவுஸ்ஃபுல் போர்டுடன் சென்று கொண்டிருப்பார்.

இந்த அநீதியால் மனம் கசந்து நான் தஞ்சமடைந்த இடம் பயோனியர் முத்து திரையரங்கு. ஆங்கிலப் படங்கள் மட்டுமே இங்கு வெளியாகும். பெண்கள் தவறியும் இந்தப் பக்கம் திரும்புவதில்லை. பயோனியர் முத்துவில் அர்னால்டு

ஸ்வாஷ்நேகரை பார்க்கச் சென்ற மதியத்தில்தான் எம். ஜி. ஆரை சந்தித்தேன். அவர்தான் கேட்டை திறந்துவிட்டார். அது சற்றே குள்ளமான கறுத்த எம். ஜி. ஆர். பாடல் காட்சியில் எம்.ஜி.ஆர். அணியும் ஜிகினா சட்டை அணிந்திருந்தார். காலை இறுகப் பிடிக்கும் கறுப்பில் வெள்ளைக் கோடுகள் ஓடும் பேண்ட். குளிக்கும் போதும் கழற்றுவதில்லையோ என்ற தோற்றத்தில் ஷு, கறுப்பு கண்ணாடி மற்றும் கழுத்தில் சுற்றப்பட்ட கர்ச்சீஃப். வலது கையில் கட்டியிருந்த வாட்ச், மோதிரங்கள், பாக்கெட்டிலிருந்த பேனா என அனைத்திலும் எம்.ஜி.ஆரின் உருவப்படங்கள். எம். ஜி. ராமச்சந்திரன் என்ற நடிகரின் வியத்தகு பாதிப்பிற்குள்ளாகாத பகுதியிலிருந்து வந்தவன் என்பதால் கடும் அதிர்ச்சிக்கும் ஆச்சரியத்துக்கும் உள்ளானேன். எப்படி இவரால் இந்த உடையில் நாலு பேர் மத்தியில் வர முடிகிறது? இவரது வீட்டில் இதனை எப்படி எடுத்துக் கொள்வார்கள்?

நாள்பட்ட பழக்கத்தில் பயோனியர் முத்து திரையரங்கை எனது ஓய்வு விடுதியாக ஆக்கிக் கொண்டேன். மதியம் இரண்டரை மணி காட்சிக்கு பன்னிரெண்டு மணிக்கு சென்றாலும் திரையரங்கின் கேட் எனக்காக திறந்து கொள்ளும். நிதானமாக மதிய உணவை முடித்து திரையரங்கை அடுத்த குளத்திலிருந்து வரும் காற்றுக்கு கண்ணயர்ந்து டிக்கெட் தருவதற்கான மணிச் சத்தத்தில் விழித்துக் கொள்வேன். அப்போதெல்லாம் கறுத்த எம். ஜி. ஆர். ஸ்டூலில் கால் மேல் கால் போட்டு அமர்ந்தபடி ரேடியோவில் பாட்டு கேட்டுக் கொண்டிருப்பார். கேட்டை திறந்து விடுவதைத் தவிர அவர் வேறு எந்த வேலையும் செய்து நான் பார்த்ததில்லை. டிக்கெட் தருவதில்லை, கேன்டீனில் தின்பண்டங்கள் விற்பதில்லை, ஏன் அதிகமாக பேசுவதுகூட இல்லை. பயோனியர் முத்துவில் மட்டும் எழுபதுக்கும் அதிகமான திரைப்படங்கள் பார்த்திருப்பேன். அந்த நாட்களில் ஓரிரு முறைக்கு மேல் அவரிடம் பேசியதில்லை என்பது இப்போதும் ஆச்சரியமளிக்கிறது.

மனிதர்களில் இருப்பது போலவே வழி தவறிய ஆடுகள் திரையரங்குகளிலும் உண்டு. அனேகமாக இவை ஊருக்கு ஒதுக்குப்புறமாக அமைந்திருக்கும். பிரமிளாக்களையும், ஷகிலாக்களையும் பிரபலப்படுத்திய பெருமைக்குரியவை இவை. நாகர்கோவில் ராஜன் பிக்சர் பேலஸ் இதற்கு பெயர்

போனது. திரையரங்குக்குதான் செல்கிறோம் என்பதை பிறர் அறியாவண்ணம் உள்ளே நுழைவதும் அதே போல் அங்கிருந்துதான் வருகிறோம் என்பதை உணர்த்தாமல் மற்ற ஜனங்களுடன் கலந்து கொள்வதும் மிகுந்த சாகஸத்துக்குரிய செயல். பொதுவாக இந்த வழித் தவறிய ஆடுகளின் ஊழியர்களிடம் ஒருவித நெகிழ்வுத்தன்மையை காணலாம். பெண்களின் முன்பு தங்களது அதிகாரத்தை உறுதி செய்யும் அவசியம் இல்லாததால் இவர்கள் மனக்கசப்பு ஏற்படும் வகையில் நடந்து கொள்வதில்லை. சென்னை ஜோதி திரையரங்கில் ஒருமுறை நான் இடைவேளையில் அவசரமாக வெளியேறியது பெண்கள் கழிப்பறை இருக்கும் பகுதி. கதவுக்கு எதிரே கைப்பிடிச் சுவரில் சாய்ந்தபடி பல் குத்திக் கொண்டிருந்தார் லுங்கி கட்டிய அரங்கு ஊழியர். அவசரமாக திரும்பிய என்னைத் தடுத்துச் சொன்னார், சும்மா போ சார். யாரு இங்க வரப் போறா.

படம் பார்த்த திரையரங்குகளின் எண்ணிக்கையை குறித்து வைக்கும் பழக்கம் எனக்கு இருந்தது. சென்னை வந்த பிறகு இந்த எண்ணிக்கை எண்பதைத் தாண்டியது. அதில் ஒரு திரையரங்கு காரனோடை பாலத்தைத் தாண்டி கூட்ரோடு சந்திப்பில் இருந்தது. அதனைத் திரையரங்கு என்று சொல்ல முடியாது. தற்காலிக சர்க்கஸ் கூடாரம் போலிருக்கும். கூடாரத்தின் உச்சியில் இரு குழல் ஒலிபெருக்கிகள். டிக்கெட்டுக்காக கவுண்டரில் பணம் செலுத்தினால் இரண்டு விரற்கடை அகலத்தில் செவ்வக ரெக்ஸின் ஒன்று கிடைக்கும். அதுதான் டிக்கெட். கவுண்டரில் தந்து கதவருகில் வாங்கிக் கொள்வார்கள்.

பணி நிமித்தமாக திருவல்லிக்கேணி வந்த பிறகு ஒன்றை கவனித்தேன். பார்த்தசாரதி கோவில், எஸ்.வி. ஒயின்ஸ் இரண்டுக்கும் இணையாக ஸ்டார் திரையரங்கும் நண்பர்களின் பேச்சில் உலவி வந்தது. சிவாஜி, எம்.ஜி.ஆர். படங்கள் திரையிடும் நாட்களில் ஸ்டார் திரையரங்கு எப்படியொரு கொண்டாட்ட வெளியாக மாறும் என்பது பற்றி தேவைக்கு மிகுதியாக கேட்டறிந்திருந்த நாட்களில் ஒன்றில் நிறை போதையும் பிரியாணி பொட்டலங்களுமாக நானும் நண்பரும் உள்ளே பிரவேசித்தோம். சிறிய பார்க்கிங் பகுதியை மீன்பாடி வண்டிகளும், ரிக்சாக்களும் நிறைத்திருந்தன. உள்ளே பேரிரைச்சல். அது எம்.ஜி.ஆர். நடித்த

படம். புரஜெக்டர் ஓடத் தொடங்கியதும் திரையருகில் பூசணிக்காய் உடைந்தது, தேங்காய்கள் சிதறின. எம்.ஜி.ஆர். திரையில் தோன்றுவதை கணித்து சரியாக சூடம் ஏற்றினான் ஒருவன். பாடல்கள் எப்போது வரும் என்பது அனேகமாக திரையரங்கில் இருந்த அனைவருக்கும் தெரிந்திருந்தது. பாடல் ஒலிக்கும் முன்பே பல திசைகளிலிருந்தும் டி.எம்.சௌந்தர்ராஜன்கள் பாடினார்கள். இருப்பது சினிமா கொட்டகையிலா இல்லை லைவ் கான்சர்ட்டின் நடுவிலா என்ற குழப்பத்தில் சுதியிறங்கிப் போன எங்களை இடைவேளையின் போது அருகிலுள்ள மது விடுதிக்குச் சென்றுவர திரையரங்கு ஊழியர் மிகுந்த கருணையுடன் அனுமதித்தார்.

ஸ்டார் திரையரங்கு அனுபவத்திற்குப் பிறகு எம்.ஜி.ஆர். திரைப்படங்களின் மீதிருந்த எனது அசௌகரியம் சிறிது மட்டுப்பட்டது எனலாம். அறிவுபூர்வமாகப் பார்த்தால் தனிமனித வழிபாடு எனும் சமூக சீக்குதான் அந்த கொண்டாட்டம். ஆனால் அந்த மக்கள் எம்.ஜி.ஆரை ஒரு கருவியாக பயன்படுத்தியதாகவே எனக்குப்பட்டது. எம்.ஜி.ஆரை முன்னிறுத்தி தங்களின் நிறைவேறாத கனவுகளையும், தினசரி ஏமாற்றங்களையும், லௌகீக சுமைகளையும் அந்த அரங்கில் அவர்கள் கடந்து சென்றார்கள். அப்படிக் கடந்து செல்வதற்கு ஏதுவாக எம்.ஜி.ஆர். தன்னை வரையறுத்துக் கொண்டதாலேயே இன்றும் அவர் ஒரு திருவுருவாக அம்மக்களின் மனதில் இருப்பதாக திண்ணமாக நம்புகிறேன். அன்று ஸ்டார் திரையரங்கு அடையாளமற்ற எளிய மனிதர்களின் இருப்பை உறுதி செய்யும் வெளியாக மலர்ந்திருந்தது.

உலகமயமாக்கலுக்குப் பின்பு புதுவிதமான பிரச்சனைகளை திரையரங்குகள் எதிர்கொண்டன. முன்பு ஆண்பாவம், கரகாட்டக்காரன், சின்னதம்பி எல்லாம் ஒரு வருடம் ஓடின. நூறு, இருநூறு நாட்கள் சாதாரணம். திரையரங்கு உரிமையாளர் நான்கு படங்களை மாற்றினாலே ஒரு வருடத்தை ஓட்டிவிடலாம். இன்று ஒரு வருடத்துக்கு இருபது படங்கள்வரை தேவைப்படுகின்றன. அதிக திரையரங்குகள், குறைந்த நாட்கள், நிறைய லாபம் என்ற கார்ப்பரேட்டின் பாரசூட் தியரியால் பெரிய படங்களுக்கே நான்கு வாரத்தில் நுரை தள்ளிவிடுகிறது. இதன் பக்க விளைவு இன்னும் மோசம். வருடத்தில் சில மாதங்கள் திரையரங்குகள்

திரைப்படங்களுக்காக அகோரப் பசியுடன் காத்திருக்கும். பெரிய படங்கள் வெளியாகும் போது அதே பசியுடன் தயாரிப்பாளர்கள் திரையரங்குக்காக அலைந்து கொண்டிருப்பார்கள்.

இந்தப் பிரச்சனைகளின் ஆரம்ப அறிகுறிகளுக்கே பயோனியர் முத்து பலியாகிப் போனது. அதற்கு முன்பே எனது பால்யத்தை மகிழ்ச்சிக்குரியதாக்கிய தேவி திரையரங்கு இடிந்து கூரை தரைதட்டி புதர் மண்டிய இருண்ட காலத்திற்குப் பின் இப்போதுதான் ஒருவழியாக கார் ஷோ ரூமாகியிருக்கிறது. ராஜன் பிக்சர் பேலஸில் தெய்வீக சுகமளிக்கும் கூட்டங்கள் நடப்பதாக நண்பன் வழியாக அறிந்தேன். ஏதோ ஒருவகையில் அது சுகமளிப்பதை தொடர்வது ஆறுதல். ஸ்டார் திரையரங்கின் அந்திமம் நெருங்கிவிட்டதாக அவ்வப்போது தகவல்கள் வருகின்றன.

தமிழகத்தைப் பொறுத்தவரையில் இதுவரை இடிக்கப்பட்டதில் கணிசமான திரையரங்குகள் இரண்டாம் மற்றும் மூன்றாம்கட்ட ரிலீஸ் படங்களால் உயிர் வாழ்ந்தவை. இவை பழைய திரைப்படங்களால் போஷிக்கப்பட்டவை. இவற்றின் பெரும்பான்மை பார்வையாளர்கள் உடலுழைப்பை நம்பியிருக்கும் அடித்தட்டு மக்கள். ஒரு திரையரங்கு இடிக்கப்படும்போது உழைக்கும் மக்களின் கொண்டாட்ட வெளிகளில் ஒன்று பறிபோகிறது என்று அர்த்தம். அதேபோல் இரண்டாம் மற்றும் மூன்றாம்கட்ட ரிலீஸ் படங்களையும், பழைய திரைப்படங்களையும் நம்பியிருக்கும் விநியோகஸ்தர்களின் வியாபார எல்லையும் சுருங்கிவிடுகிறது. திரையரங்குகள் இடிக்கப்படும் போதும், மல்டிபிளிக்ஸ்களாக உருமாறும் போதும் இவர்களின் எதிர்காலம் திரையரங்கைப் போல இருண்டுவிடுகிறது.

வடபழனியில் இருக்கும் திரையரங்கு உரிமையாளரிடம் பேசிக் கொண்டிருந்த போது ஒரு விஷயத்தை குறிப்பிட்டார். திரையரங்கு நடத்துவது சூதாட்டமாகிவிட்டதால் திரையரங்கை வாடகைக்கு விடுவதாக முடிவெடுத்து அதனை நடைமுறைப்படுத்தி வருவதாகச் சொன்னார். யார் வேண்டுமானாலும் எந்தப் படத்தை வேண்டுமானாலும் திரையிட்டுக் கொள்ளலாம். வாடகை செலுத்தினால் போதும். பெரிய படங்கள் திரையிடும்

போது வாடகைக்கு மேல் டிக்கெட் வருமானத்தில் இத்தனை சதவீதம் என்று பிரித்துக் கொள்வார்கள். சேதாரமில்லாத சிறப்பான ஏற்பாடு. ஒரு வளாகத்தில் ஒரு திரையரங்கு இருந்தால் ஒரு வாடகை. அதுவே இரண்டு திரையரங்குகள் என்றால் இரண்டு வாடகை. இருக்கைகளை சொகுசாக்கி, கழிப்பறையில் டைல்ஸ் பதித்து மல்டி பிளக்ஸாக்கினால் வாடகைக்கு வாடகை, டிக்கெட் கட்டணத்தையும் இரட்டிப்பாக்கலாம். திருட்டு விசிடி, இணையதளம், இலவச தரவிறக்கம் எல்லாவற்றிற்கும் ஒரே சர்வரோக நிவாரணி மல்டி பிளக்ஸ்.

இன்று சென்னை மாநகரின் எல்லா சாலைகளும் மல்டி பிளக்ஸில் முடிகின்றன. எஞ்சியிருக்கும் திரையரங்குகளும் மல்டி பிளக்ஸ் கனவுடன் மாற்றத்துக்கு காத்திருக்கின்றன.

இந்த நவீன திரையரங்குகளை ஒருவன் விரும்பவில்லை என்றால்தான் ஆச்சரியம். துல்லியமான ஒலி, தெளிவான ஒளி, சொகுசான இருக்கைகள், டைல்ஸ் பதித்த கழிப்பறைகள். . . ஊழியர்களும் மாறிவிட்டார்கள். நவீன திரையரங்கின் யூனிஃபார்ம் அணிந்த ஊழியர்கள் யூனிஃபார்ம் உடல் மொழியுடன் டிக்கெட் விநியோகிக்கிறார்கள், தின்பண்டங்கள் விற்கிறார்கள், சுத்தத்தையும், ஒழுங்கையும் மேற்பார்வை செய்கிறார்கள். பார்வையாளர்களும் அதே யூனிஃபார்ம் உடல் மொழியுடன் வளைய வருகிறார்கள், நாசூக்காக சிரித்து சத்தம் எழாமல் கைத்தட்டுகிறார்கள், இடைவேளையில் யூனிஃபார்ம் உணவை ருசி பார்க்கிறார்கள்.

இந்த நவீன வாடிக்கையாளர்களை இருவகையாகப் பிரிக்கலாம். மேட்டுக்குடியினர் மற்றும் மேட்டுக்குடியினராகும் முயற்சியில் இருக்கும் நடுத்தர வர்க்கத்தினர். நவீன திரையரங்குகளின் பகட்டும், கட்டணமும், ட்ரெஸ்கோடும் இந்த இரு பிரிவினரைத் தவிர மற்றவர்களை அருகே அண்ட விடுவதில்லை. சென்னையிலுள்ள மாயாஜால், ஐநாக்ஸ், எக்ஸ்பிரஸ் அவென்யூ என்று எந்தத் திரையரங்காக இருந்தாலும் உங்களின் பக்கத்து இருக்கைக்காரரர் ஒரு ரிக்ஷாக்காரராகவோ, நாயர்கடை டீ மாஸ்டராகவோ, பாசிமணி விற்கும் பெண்மணியாகவோ இருக்க வாய்ப்பில்லை. அடித்தட்டு மக்களை இந்தத் திரையரங்குகள்

முற்றாக நிராகரிக்கின்றன. இவர்களை அனுமதிக்கும் சாந்தி, ஸ்டார் போன்ற திரையரங்குகள் நவீனத்துக்கு மாறும் போது சென்னையின் பெருவாரியான ஜனங்களுக்கு திரையரங்கு எனும் கொண்டாட்ட வெளி இல்லாமல் போவதற்கான வாய்ப்புள்ளது. சேரி யிலிருப்பவனோ, சாக்கடை அள்ளுகிறவனோ மேட்டுக்குடி முயற்சியில் துரிதப்படாவிட்டால் அவனுக்கு விமோசனமில்லை.

சாதி, வர்க்க வேறுபாடுகள் கடந்து எல்லோருக்குமான பொது வெளியாக அறிமுகமான திரையரங்குகள் குறுகிய காலத்திலேயே வர்க்க ரீதியாக ஆழமான பிளவைக் கண்டுள்ளன. இதில் ஆச்சரியம் எதுவுமில்லை. உலகமயமாக்கலுக்கும், அதன் விளைவான நமது பிராண்டட் மனோபாவத்துக்கும் இசைவான மாற்றங்களை எல்லாத்துறைகளிலும் நாம் ஏற்படுத்திவிட்டோம். அதன் பக்க விளைவுகளில் ஒன்றுதான் நவீன திரையரங்குகள். நமது விருப்பம் விருப்பமின்மையை கடந்து இந்த மாற்றங்கள் நித்யமானவை. யோசிக்கையில் இன்னொன்றும் தோன்றுகிறது. எல்லாவற்றிலும் இந்த யூனிஃபார்ம் சுத்தமும் ஒழுங்கும் இருக்கத்தான் வேண்டுமா. கொஞ்சம் அழுக்காக, இரைச்சலாக ஸ்டார் திரையரங்கின் சுகாதாரமின்மையுடன் இருந்தாலென்ன.

(படப்பெட்டி : டிசம்பர், 2011)

விமர்சனக்கலை

ஒரு கலையின் வளர்ச்சியை தீர்மானிக்கும் முக்கிய அம்சமாக அக்கலை மீதான விமர்சனம் திகழ்கிறது. தீர்க்கமான விமர்சனங்களுக்கு உட்படாத எந்தக் கலையும் சவலைக் குழந்தையாகவே பலவீனப்படும். இந்தப் புரிதலின் அடிப்படையில் கலைக்கும், கலை விமர்சனத்துக்குமான உறவை எளிமையாக தடாகத்திலிருக்கும் தாமரைத் தண்டுடன் ஒப்பிடலாம். தடாகத்தின் நீரின் அளவே தாமரைத் தண்டும் இருக்கும். விமர்சனத்தின் தீவிரத்தை ஒட்டியே எந்தக் கலையின் வளர்ச்சியும் கட்டமைக்கப்படுகிறது.

சினிமா விமர்சனத்தைப் பொறுத்தவரை நாம் இன்னும் முதல் படியையே தாண்டவில்லை. சினிமா தமிழில் அறிமுகமான காலத்தில் அறிவுஜீவிகள் அதனை எதிர்கொண்ட விதமே அதற்கு முக்கிய காரணம் எனக் கூறலாம்.

தமிழில் சினிமா அறிமுகமான முப்பதுகளில் வர்க்க ரீதியாகவும், சாதி ரீதியாகவும் சமூகம் பிளவுபட்டுக் கிடந்தது. ஒவ்வொரு வர்க்கத்தினருக்கும் என்று பிரத்யேகமான கேளிக்கைகள் இருந்தன. சாதாரண குடியானவர்களின் கேளிக்கைகளை மேல்வர்க்கத்தினர் என்று தங்களை அழைத்துக் கொண்டவர்கள்

கீழ்த்தரமானவையாக ஒதுக்கி வந்தனர். இந்தச் சூழலில் மேல் கீழ் என்ற பாகுபாடில்லாமல் அனைவரும் பார்த்து ரசிக்கிற கேளிக்கை சாதனமாக சினிமா அறிமுகமானது. இதனை மேட்டுக் குடியினரால் சகித்துக் கொள்ள முடியவில்லை.

அன்றைய எழுத்தாளர்களிடமும், பத்திரிகையாளர்களிடமும் இந்த மனநிலை பிரதிபலித்தது. அவர்கள் சினிமா குறித்து எழுதுவதை அவமானமாகக் கருதி அதனைத் தவிர்த்து வந்தனர். அப்படியே எழுத முன்வந்தவர்களும் எதிர்மறையாக தாக்குவதிலேயே குறியாக இருந்தனர். 1935ல் கே.பி.சுந்தராம்பாள் நடிப்பில் வெளியான நந்தனார் படத்திற்கு விமர்சனம் எழுதிய எழுத்தாளர் கல்கி, 'படத்தில் எருமை மாடும், பனை மரமும் நன்றாக நடித்திருந்தன' என்று குறிப்பிடுகிறார். அன்றைய எழுத்தாளர்களின் சினிமா மீதான ஒவ்வாமைக்கு கல்கியின் எழுத்து ஒரு சான்று.

ஜி.என்.பாலசுப்பிரமணியம், ராஜரத்னம் பிள்ளை, தண்டபாணி தேசிகர், எம்.எஸ்.சுப்புலட்சுமி போன்ற கர்நாடக இசைக்கலைஞர்கள் சினிமாவில் நுழைந்த பிறகு எழுத்தாளர்களின் மனோநிலை மாறத் தொடங்கியது. அவர்கள் பெரும் உற்சாகத்துடன் திரைப்பட இசை குறித்து எழுத முற்பட்டனர். காந்திய கருத்துக்களை தாங்கி சினிமாக்கள் வர ஆரம்பித்த பின் பத்திரிகைகள் சினிமாவுக்கென அதிக பக்கங்கள் ஒதுக்கின. மணிக்கொடி எழுத்தாளர்களான வ.ரா., பி.எஸ்.ராமையா போன்றோர் சினிமா குறித்து எழுதத் தொடங்கினர்.

ஆயினும் இந்த விமர்சனங்கள் அனைத்தும், சினிமா ஒரு தனித்த கலை வடிவம், அதற்கென்று தனித்துவமான கலை அம்சம் உண்டு என்பதை உள்வாங்கிக் கொள்ளாமல் எழுதப்பட்டவை. திரைப்படத்தின் கதையை, அதன் உள்ளடக்கத்தை இலக்கியரீதியாக மட்டும் அணுகி எழுதப்பட்டவை. காட்சி ஊடகமான சினிமாவை புரிந்து கொள்ளவும், அதன் அதிகபட்ச சாத்தியத்தை நோக்கி நகரவும் இந்த விமர்சனங்கள் துணைபுரியவில்லை.

75 ஆண்டுகள் கழிந்த பிறகும் சினிமா குறித்த தீவிரமான விமர்சனங்கள், கட்டுரைகள் காணக் கிடைப்பது அரிதாகவே

உள்ளது. நிழல், கனவு முதலான சிறு பத்திரிகைகளில் தீவிரமான கட்டுரைகள், நேர்காணல்கள் வெளியாகின்றன. பெரும் பத்திரிகைகளில் வெளியாகும் விமர்சனங்கள் மேலோட்டமானவை. அவர்கள் ஒதுக்கும் சிறிய பகுதிக்குள் அடங்கும்வகையில் எழுதப்படுபவை.

ஆரம்ப காலத்தில் ஒரு புரொஜெக்டரை வைத்தே சினிமா காண்பிக்கப்பட்டது. இதனால் ஒரு ரீல் முடிந்து அடுத்த ரீலை மாற்றுவதற்கு சிறிது நேரம் தேவைப்பட்டது. மேலும், தீப்பிடிக்க சாத்தியமுள்ள பிலிம் என்பதால் புரொஜெக்டர் சூடாகும் நேரங்களில் படம் நிறுத்தப்படும். இதன் காரணமாக ஒரு படத்துக்கு ஐந்து முதல் ஏழு இடைவேளைகள் வரை விடப்பட்டன.

இன்று அந்த நிலை மாறிவிட்டது. தொடர்ச்சியாக படத்தை திரையிடுவதில் உள்ள பழைய சிரமங்கள் களையப்பட்டுவிட்டன. இருந்தும் இடைவேளை என்பது இந்திய சினிமாவில் தவிர்க்க முடியாத ஒன்றாகிவிட்டது. மேலை நாடுகளில் இடைவேளை என்பது பெரும்பாலும் கிடையாது. முழுப்படமும் இடைவேளை இன்றியே காண்பிக்கப்படுகிறது. மாறாக, இந்தியாவில் நடைமுறை சிக்கல்களால் ஏற்பட்ட ஒரு பழக்கம் ஒரு விதியாகவே இன்றளவும் கடைபிடிக்கப்படுகிறது. மேலும், இடைவேளையை முன் வைத்தே திரைக்கதை உருவாக்கப்படுகிறது.

திரைக்கதை குறித்து புத்தகம் எழுதும் எழுத்தாளர்களும் கதையின் எந்தப் பகுதியில் இடைவேளை வரவேண்டும், இடைவேளைக்குப் பிறகு படம் எப்படி வேகம் பிடிக்க வேண்டும் என இடைவேளையை முன் வைத்தே திரைக்கதையை விளக்க முற்படுகிறார்கள். இது சினிமா விமர்சனத்தில் பிரதிபலிப்பதையும் காணலாம். இடைவேளை வரை படம் சூப்பர், இடைவேளைக்குப் பிறகு சொதப்பல் என இடைவேளை எனும் சினிமாவுக்கு சம்பந்தம் இல்லாத ஒன்றை வைத்து நாம் விமர்சனங்களை உருவாக்கி வருகிறோம்.

இந்தியா தவிர்த்த பிற உலக மொழித் திரைப்படங்களை இப்படி இடைவேளையை வைத்து விமர்சிக்க இயலாது. ஹாலிவுட்டிலும் கூட இந்த அபத்தத்தை காண்பது அரிது. இடைவேளையை மனதில் வைத்து திரைக்கதையை அமைக்காததே இதற்கு காரணம்.

உலகத் திரைப்பட விழாக்களில் பங்கு பெறும் தமிழ்ப் படங்கள் இடைவேளையின்றியே திரையிடப்படுகின்றன. இதனால் படத்தில் இடைவேளை ஏற்படுத்தும் 'ஜம்ப்'பை புரிந்து கொள்ள முடியாமல் பார்வையாளர்கள் தடுமாறுவது தொடர்கதையாகி வருகிறது. இதுபோன்று சினிமாவுக்கு தொடர்பு இல்லாதவை சினிமாவின் விதிகளாக மாறுவதை முதலில் கண்டறிந்து களைய வேண்டும்.

சினிமாவுக்கான விமர்சன மொழி தமிழில் உருவாகாதது இன்னொரு குறை. சினிமாவுக்கான கலைச் சொற்கள் உருவாக்கப்படாததே இதற்குக் காரணம். மான்டேஜ், ஃபேட் அவுட், ஃபேட் இன், டிஸ்சால்வ் என பிரெஞ்சு, ஆங்கிலப் பதங்களையே இன்றும் நாம் பயன்படுத்தி வருகிறோம். இவற்றிற்கான தமிழ் கலைச் சொற்களை உருவாக்க வேண்டியது சினிமா விமர்சனத்தின் முதல் தேவை.

கலாச்சாரம் சார்ந்த பார்வைகளும் சினிமாவை பாதிக்கின்றன. தமிழகம் குடும்ப உறவுகளை பிரதானமாகக் கருதும் நாடு. பெரியார் தவிர்த்து குடும்பம் எனும் அமைப்பை தமிழகத்தில் யாரும் கேள்விக்குட்படுத்தியதில்லை. தவிர, அப்படி கேள்விக்குட்படுத்தும் நபரை எந்தக் கேள்வியும் கேட்காமல் ஒதுக்கிவிடும் மனோபாவம் கொண்ட சமூகம் நம்முடையது. இப்படி கேள்விக்குட்படுத்த முடியாத குடும்பம் எனும் அமைப்பை தனக்கு சாதகமாக்கிக் கொண்டுள்ளது தமிழ் சினிமா.

ஒரு திரைப்படம் என்பது முதலில் குடும்பத்துடன் பார்க்கக் கூடியதாக இருக்க வேண்டும் என்பதில் அனேகமாக எல்லா தமிழர்களுக்கும் மாற்றுக் கருத்து இருக்க வாய்ப்பில்லை. மேலும், குடும்பத்துடன் பார்க்கக் கூடிய திரைப்படங்களை மட்டுமே நான் எடுப்பேன் என பெருமை பேசும் இயக்குனர்களும் இங்கு அதிகம்.

ஒரு வீட்டில் குடும்பமாக வசிப்பவர்களும் சாப்பிடுவது, தொலைக்காட்சி பார்ப்பது தவிர்த்து அனேகமாக மற்ற அனைத்து வேலைகளையும் மறைவாக அல்லது தனியாகவே செய்கிறார்கள். பெரியவர்களுக்குத் தெரியாமல் சிறுவர்கள் செய்யக் கூடிய விஷயங்கள் இருக்கின்றன. பெரியவர்களுக்கும் சிறுவர்களுக்கு

தெரியாமல் தனியாக செய்யக் கூடிய வேலைகள் நிறைய உண்டு. (மறைவான, தனியான என்றவுடன் ஒழுக்கக் கேடான செயல்களாகதான் அவை இருக்கும் என்று கருத வேண்டியதில்லை). வீட்டிற்கு வெளியே நண்பர்களுடன் பகிர்ந்து கொள்ளும் பலவற்றை நாம் வேறு நபர்களிடம் வெளிப்படுத்துவதில்லை. இப்படி குளிப்பது முதல் இரவு உறங்குவது வரை நாம் குடும்பமாக சேர்ந்து செய்யாத எத்தனையோ செயல்கள் இந்த உலகத்தில் இருக்கின்றன.

நடைமுறை வாழ்க்கை இப்படியிருக்க வாழ்க்கையை பிரதிபலிப்பதாக கூறும் சினிமா மட்டும் குடும்பத்துடன் பார்க்கக் கூடியதாக இருக்க வேண்டும் என எதிர்பார்ப்பது மிகப் பெரிய முரண். இப்படிக் கூறுவதன் பொருள், சினிமா குடும்பத்துடன் பார்க்கக் கூடியதாக இருக்கக் கூடாது என்பதல்ல. அனைத்துப் படங்களும் அப்படி இருக்க வேண்டும் என எதிர்பார்க்கக் கூடாது என்பதே. மேலும், குடும்பத்துடன் பார்க்கக் கூடியதாக இருப்பதால் மட்டுமே ஒரு படம் சிறந்த படமாகிவிடாது. இதைப் புரிந்து கொள்ளாமல், அனைத்துப் படங்களும் குடும்பமாக உட்கார்ந்து பார்க்கும்படி இருக்க வேண்டும் என வாதிடுவதும், அதற்குத் தகுந்தாற்போல் திரைக்கதை அமைப்பதும், குடும்பத்தோடு பார்க்கக் கூடிய படம் என்பதால் கூடுதலாக ஐந்து மதிப்பெண்கள் என விமர்சனம் எழுதுவதும் சினிமா எனும் கலையை ஒரு குறுகிய வட்டத்தில் முடக்கும் செயலே அன்றி வேறில்லை.

குடும்பம் அளவுக்கு தமிழ் சினிமாவை பிடித்தாட்டும் மற்றொரு விஷயம், யதார்த்தம். நல்ல சினிமா என்பதை யதார்த்தம் எனும் தராசில் வைத்தே எடை போடுகிறார்கள் நம் விமர்சகர்கள். உண்மையில் யதார்த்தம் என்பதே ஒரு கற்பிதம், மாயை. யதார்த்தத்துக்காக கொண்டாடப்பட்ட படம் காதல். இந்தப் படத்தில் வரும் இளம் காதலர்கள் இணைய வேண்டும் என படம் பார்த்த அனைவரும் விரும்பினர்.

ஆனால், அப்படி விரும்பிய ஒருவர் தனது பத்தாவது படிக்கும் மகள் மெக்கானிக் ஒருவனை காதலிப்பதை அனுமதிப்பாரா? இல்லை ஒரு அண்ணன் தனது தங்கை மெக்கானிக்கை இழுத்துக் கொண்டு ஓடுவதை அனுமதிப்பானா? நிச்சயமாக மாட்டார்கள்.

ஆனால் காதல் படத்தின் காதலர்கள் இணைய வேண்டும் என மனதார விரும்பியவர்கள் இவர்கள். திரையில் விரும்பிய ஒன்றை சொந்த வாழ்க்கையில் வெறுக்க என்ன காரணம்?

இரண்டரை மணிநேரப் படத்தில் மெக்கானிக்கிற்கும், மாணவிக்கும் உள்ள காதல் மட்டுமே தொகுக்கப்பட்டிருக்கிறது. பல வருட காதலை இரண்டரை மணி நேரம் தொடர்ச்சியாக பார்க்கும் போது உச்ச நிலைக்கு பார்வையாளர்கள் தள்ளப்படுகிறார்கள். காதலர்கள் ஒன்றிணைய வேண்டும் என பிரார்த்திக்கிறார்கள். திரையில் அது சாத்தியமாகாமல் போகும்போது கண்ணீர் விடுகிறார்கள்.

நிஜ வாழ்க்கையில் காதல் இப்படி தொகுக்கப்படுவதில்லை. உடல்ரீதியான பிரச்சனைகள், பொருளாதார மற்றும் தொழில் பிரச்சனைகள் உள்பட அன்றாட நெருக்கடிகளுக்கு நடுவில் சிறு பகுதியாக மட்டுமே காதல் வந்து போகிறது. திரைக்காதல் ஏற்படுத்தும் மன எழுச்சி இதனால் நிஜத்தில் ஏற்படுவதில்லை. திரையில் காதலர்கள் இணைய வேண்டும் என விரும்பியவர்கள் நிஜத்தில் அதை வெறுப்பதற்கு இதுவே காரணம். மேலும், மெக்கானிக்கின் காதலை தொகுத்ததைப் போல் அவனது பொருளாதார, தொழில் நெருக்கடிகளை தொகுத்து அதையும் ஒரு படமாக எடுக்க இயலும். ஆக, பன்முகத்தன்மை கொண்ட ஒருவரின் வாழ்க்கையில் காதல் எனும் ஒரு அம்சத்தை மட்டும் தொகுத்து அளிப்பதை எப்படி யதார்த்தம் என கூற இயலும்?

மேலும், பள்ளிக்கு சீருடை அணிந்து செல்வது, திருமணத்துக்கு பட்டுச் சேலை அணிவது, நேர்முக தேர்வுக்கு டக்—இன் செய்வது, காலையில் டிஃபன், மதியம் என்றால் அரிசி சோறு சாப்பிடுவது என நம் வாழ்க்கையில் கடைபிடிக்கும் அனைத்தும் நம் சுய விருப்பத்தில் செய்வதில்லை. ஏற்கனவே யாரோ ஒருவர் அல்லது பலர் உருவாக்கி வைத்த நடைமுறையை பின்பற்றுகிறோம், அவ்வளவுதான். சிஸ்டத்தை பின்பற்றுவதை யதார்த்தம் என்று எப்படி கூறுவது? ஆக, நிஜ வாழ்க்கையில் நாம் மேற்கொள்ளும் செயல்களை உண்மையாகவே விரும்பி இயல்பாக, அதாவது யதார்த்தமாக நூறு சதவீதம் சுயத்தன்மையுடன் செய்கிறோமா என்பதே கேள்விக்குறி. இதில் நிஜ வாழ்க்கையின் ஏதேனும் ஒரு

அம்சத்தை மட்டும் தொகுத்தளிக்கும் சினிமாவை யதார்த்தம் என்ற பார்வையுடன் அணுகி விமர்சனம் செய்வது தவறாகவே அமையும்.

தமிழ் சினிமாவின் மற்றொரு பலவீனம் துறை சார்ந்த அறிவின்மை. திரைக்கதை, எடிட்டிங், இசை, ஒளிப்பதிவு என பெரும் துறைகளை உள்ளடக்கியது சினிமா. சினிமா விமர்சகர்கள் அனைவரும் இந்தத் துறைகள் குறித்த அடிப்படை அறிதல் கொண்டவர்களா என்றால் இல்லை. இதனால் மட்டையடியாக ஒளிப்பதிவு அபாரம் என்றோ படுமோசம் என்றோ ஒரே வரியில் முடித்துக் கொள்கிறார்கள். அத்துறையின் நுட்பங்களுக்குள் சென்று ஆராய்வதில்லை (பத்திரிகைகள் ஒதுக்கும் அரைப் பக்கத்தில் அபாரம் என்று ஒரு வரி எழுதுவதே அதிகம் என்பது இன்னொரு நடைமுறை சிக்கல்). மேலே சொன்ன பலவீனம் நிருபர்களுக்கும் பொருந்தும். உதாரணமாக இசையமைப்பாளரை பேட்டி காணச் செல்லும் நிருபர் இசையமைப்பாளரின் இசைப் பங்களிப்பு குறித்துச் சிறிதளவாவது அறிதல் கொண்டவராக இருத்தல் வேண்டும். பொரும்பாலும் அப்படி இருப்பதில்லை. அதனால், இசை குறித்துக் கேட்காமல், 'நீங்கள் இரவில் இசையமைத்துவிட்டு எப்போது தூங்கச் செல்வீர்கள்?', 'ஒரு பாடல் ஹிட்டாகவில்லையென்றால் உங்கள் மனநிலை எப்படியிருக்கும்?' என இசைக்கு சம்பந்தமில்லாத சவசவ கேள்விகளால் பேட்டியை நிரப்புகிறார்கள். பிரபலங்களின் துறையைவிட அவர்களது அந்தரங்க வாழ்க்கையில் ஆர்வம் காட்டும் வாசகர்களும் இத்தகைய பேட்டி மற்றும் விமர்சனங்களால் திருப்தியடைந்து விடுகிறார்கள்.

இந்தச் சூழல் மாற்றமடைய பார்வையாளர்கள் தொடங்கி எழுத்தாளர்கள், பத்திரிகைகள், அரசு நிர்வாகம், இயக்குனர்கள், தயாரிப்பாளர்கள் வரை அனைவரும் தத்தமது பொறுப்புணர்ந்து பங்களிப்பு செய்ய வேண்டியது அவசியம். முக்கியமாக புகழுரைகள், ஜோடனைகள், பாடம் செய்யப்பட்ட பழைய விதிமுறைகள் தவிர்த்து, சினிமா என்பது தனித்த கலை வெளிப்பாடு என்ற புரிதலுடன் தீவிரமான விமர்சனங்களை உருவாக்க வேண்டும். நல்ல சினிமா உருவாக இதுவே சரியான ஒரே வழி.

(தமிழ்.வெப்துனியா. காம் : 07-08-2009)

செலுலாயிட்

1930 ல் மலையாளத்தில் தயாரான முதல் சினிமா விகதகுமாரனைத் தயாரித்து, இயக்கி, நடித்தவர் ஜே.சி.டானியல் என்கிற தமிழர். கன்னியாகுமரி மாவட்டத்திலுள்ள அகஸ்தீஸ்வரத்தில் பிறந்த இவர் மலையாள சினிமாவின் தந்தை என போற்றப்படுகிறார். சுதந்திரத்துக்கு முன்பு அகஸ்தீஸ்வரம் திருவிதாங்கூர் சமஸ்தானத்தின் ஒரு பகுதியாக இருந்தது. நாகர்கோவிலில் அடிப்படைக் கல்வி பயின்ற ஜே.சி.டானியல் மேற்படிப்பை திருவனந்தபுரத்தில் நிறைவு செய்தார். அப்போது திருவனந்தபுரத்தில் இயங்கி வந்த கேப்பிடால் தியேட்டர் அவரது சினிமாக் கனவைத் தூண்டுவதாக அமைந்தது. மலையாளத்தில் எப்படியும் ஒரு படத்தை இயக்குவது என்ற கனவுடன் மதராஸ் சென்றார். அங்குள்ள ஸ்டுடியோக்களின் இறுக்கமான நடைமுறை காரணமாக மதராஸில் இருந்து அவர் மும்பை செல்ல வேண்டி வந்தது. அங்கு திரைப்படக் கலையைப் பயின்று அகஸ்தீஸ்வரம் திரும்பினார்.

தனது சொத்துகளை விற்று முதல் படமான விகதகுமாரனை நாலு லட்ச ரூபாய் செலவில் எடுத்தார். நடுவில் பல பிரச்சனைகள். படம் திரையிட்ட போது, படத்தில் புலையப் பெண்ணை நாயர் பெண்ணாக நடிக்க வைத்ததற்கு கோபித்து உயர்சாதிக்காரர்கள் படத்தை

பாதியிலேயே நிறுத்தினர். படத்தில் நடித்த புலையப் பெண் உயிருக்குப் பயந்து தப்பி ஓட வேண்டி வந்தது. அவளுடைய குடிசைக்கு தீ வைக்கப்பட்டது. டேனியல் பெருத்த நஷ்டத்துடன் திருவிதாங்கூரைவிட்டு தமிழ்நாட்டுக்கு வந்தார். பல் மருத்துவம் படித்து ஓரளவு நிலைமை சரியாகும் போது பி.யூ.சின்னப்பாவால் மீண்டும் சினிமாவுக்கு அழைக்கப்பட்டு சின்னப்பாவால் இருக்கிற செல்வத்தையெல்லாம் இழந்தார். கடைசிக்காலம் முழுக்க வறுமை. நலிந்த திரைப்படக் கலைஞர்களுக்கான பென்ஷன் டானியலுக்கு மறுக்கப்பட்டது. அவர் எடுத்த சினிமாவின் பிரதி அழிந்து போனதால் அவர்தான் மலையாள சினிமாவின் பிதாமகன் என்பதை யாரும் ஏற்றுக்கொள்ளவில்லை. 1975 ல் அங்கீகாரம் எதுவும் கிடைக்காமலே டானியல் உயிர் துறந்தார். எழுத்தாளரும் பத்திரிகையாளருமான சேலங்கோட்டு கோபாலகிருஷ்ணனின் முயற்சியால் கேரள அரசு டானியல்தான் மலையாள சினிமாவின் முதல் படத்தை எடுத்தவர் என்பதை ஒப்புக் கொண்டது. 1992 ல் கேரள அரசின் சார்பில் வழங்கப்படும் வாழ்நாள் சாதனையாளர் விருதுக்கு டானியலின் பெயர் வைக்கப்பட்டது. இன்று மலையாள சினிமாவின் தவிர்க்க முடியாத ஆளுமையாக டானியல் அங்கீகரிக்கப்பட்டிருக்கிறார்.

இந்திய சினிமாவின் நூற்றாண்டு விழா கொண்டாட்டத்தையொட்டி டானியலின் வாழ்க்கையை மலையாள இயக்குனர் கமல் செலுலாயிட் என்ற பெயரில் படமாக எடுத்திருக்கிறார். ஐம்பது நாட்களைக் கடந்து ஓடிக்கொண்டிருக்கும் இந்தப் படத்தை தங்கள் சினிமாப் பயணத்தின் மைல்கல்லாக ஒவ்வொரு மலையாளியும் பெருமிதம் கொள்கிறான். கேரள அரசின் 7 விருதுகளை இப்படம் வென்றது. ஜே.சி.டானியலாக பிருத்விராஜும், அவரது மனைவி ஜேனட்டாக மம்தா மோகன்தாஸும் நடித்துள்ளனர். புலையப் பெண்ணாக அறிமுக நடிகை நந்தினி, மலையாற்றூர் ராமகிருஷ்ணன் வேடத்தில் சீனிவாசன்.

படத்தில் டானியலின் ஆளுமை சிறப்பாக காட்சிப்படுத்தப்பட்டிருக்கிறது. இளமையில் துடிப்பும் ஆர்வமும் மிகுந்த டானியேல் மனைவியுடன் இணைந்து திருவனந்தபுரத்தில் திருவிதாங்கூர் நேஷனல் ஸ்டுடியோஸை

ஆரம்பிக்கிறார். அதுதான் கேரளாவில் தொடங்கப்பட்ட முதல் ஸ்டுடியோ. பணம் தயார், ஸ்டுடியோ தயார், ஆனால் படப்பிடிப்பை தொடங்குவது சவாலாக இருக்கிறது. முக்கியமாக படத்தில் நடிக்க நடிகை கிடைக்கவில்லை. பாம்பேயிலிருந்து அழைத்துவரும் நடிகையின் பகட்டுக்கு ஈடுகொடுக்க முடியாமல் உள்ளூரில் நடிகையைத் தேடுகின்றனர். உள்ளூர் நாடகங்களில் நடிக்கும் புலையப் பெண்ணான ரோசம்மா தினம் ஐந்து ரூபாய் சம்பளத்துக்கு ஒப்பந்தம் செய்யப்படுகிறாள். படத்தின் பெயர் தி லாஸ்ட் சைல்ட். மலையாளத்தில் விகதகுமாரன்.

சாப்ளினின் த கிட் படத்தின் பாதிப்பில் தனது படத்துக்கு விகதகுமாரன் — த லாஸ்ட் சைல்ட் — என்ற பெயரை வைக்கிறார். த கிட் படத்தில் தெருவில் கண்டெடுக்கும் குழந்தையை வளர்க்கும் சாப்ளின் ஜன்னல் கண்ணாடிகள் மாற்றும் தனது வேலைக்கு அந்தக் குழந்தையை — இப்போது சிறுவன் — பயன்படுத்திக் கொள்கிறார். சிறுவன் வீட்டுக் கண்ணாடிகளை கல்லெறிந்து உடைப்பான். சற்று நேரம் கழித்து அங்கு வரும் சாப்ளின் உடைந்த கண்ணாடிகளை மாற்றி கூலி வாங்கிக் கொள்வார். இதனை மலையாளத்துக்கு பொருந்துகிற மாதிரி மாற்றினார் டானியல். அவர் பார்த்த படமும், அவர் அனுபவப்பட்ட வாழ்க்கையும் விகதகுமாரனில் பிரதிபலித்தது. சிறுவன் ஒருவனை பூதநாதன் என்பவன் கடத்துகிறான். கொழும்பில் அந்தச் சிறுவன் திருடனாக வளர்க்கப்படுகிறான். சிறுவனின் சகோதரி சரோஜம் வளர்ந்து யுவதியாகிறாள். அவளை சந்திரகுமார் என்ற இளைஞன் காதலிக்கிறான். சந்திரகுமாரின் உதவியுடன் அவள் எப்படி தனது தொலைந்த சகோதரனைக் கண்டடைகிறாள் என்பது கதை.

விகதகுமாரன் திரையிடும் நாளில் ஒரு புலையப் பெண்ணுடன் படம் பார்ப்பதா என உயர்சாதிக்காரர்களின் கோபத்தால் ரோசி கேபிட்டால் திரையரங்கில் அனுமதிக்கப்படவில்லை. மலையாள சினிமாவின் முதல்பட நாயகி தனது சாதிக்காரணமாக தான் நடித்தப் படத்தையே பார்க்க முடியவில்லை. படத்தில் ரோசி சரோஜமாக வீணை வாசிக்கையில் உயர்சாதிக்காரர்கள் கொந்தளித்தனர். ஒரு புலையப்பெண் நாயராக நடிப்பதா என்ற கோபத்தில் படத்தை பாதியில் நிறுத்தினர். வெறிகொண்ட சாதி வெறியர்களுக்கு பயந்து ரோசி ஓடினாள். அதன் பிறகு ரோசியை

குறித்த எந்தத் தகவலும் இல்லை. தப்பி ஓடிய ரோசியை லாரி டிரைவர் ஒருவர் கண்டெடுத்து மனைவியாக்கிக் கொண்டதாகவும், எஞ்சிய நாட்களை ரோசி நாகர்கோவிலில் கழித்ததாகவும் வாய்வழித் தகவல் உள்ளதாக படத்தில் வசனம் வருகிறது. ரோசியின் தந்தையை உயர்சாதிக்காரர்கள் கடுமையாகத் தாக்கி அவர்களின் வீட்டையும் எரித்தனர்.

டேனியல் பலத்த நஷ்டத்துக்குள்ளாகிறார். கனவு சிதைந்த துயரத்துடன் தமிழ்நாட்டுக்கு வந்து பல் மருத்துவம் பயின்று மதுரையிலும் திருச்சியிலும் மருத்துவம் பார்த்தார். மருத்துவம் பார்க்க வரும் அந்நாளைய முன்னணி நடிகர் பி.யூ.சின்னப்பா டானியலுக்கு அறிமுகமாகிறார். பிறகு சின்னப்பாவின் சினிமாவுக்கான அழைப்பு... டேனியலின் மதராஸி பயணம்... சின்னப்பாவால் பொருள் இழந்து மீண்டும் அகஸ்தீஸ்வரம் திரும்புதல்... என்று டானியலின் வாழ்க்கை தொடங்கிய இடத்துக்கு வருகிறது.

டானியலின் தந்தை லண்டனில் படித்தவர். படத்தில் சந்திரகுமாராக வரும் டானியேல் லண்டன் செல்லும் வழியில் கொழும்பில் சரோஜமின் சகோதரனைக் கண்டடைவதாக கதை உருவாக்கப்பட்டது.

படத்தில் சந்திரகுமாராக டானியலே நடித்தார். சரோஜமாக நடித்தது ரோசம்மா. டானியல் அவளுடைய பெயரை ரோசி என மாற்றுகிறார். ரோசி நாயர் பெண் சரோஜமாக உருமாறுகிற காட்சிகள் படத்தின் மிகச்சிறந்த பகுதிகளில் ஒன்று. தீண்டாமையின் பூரண பிடியில் இருக்கும் தேசத்தில் நாயர், நம்பூதிரி உயர்சாதிப் பெண்கள் வருகிற வழியில் கீழ்சாதிக்காரர்கள் எதிர்ப்படுவதே மிகப்பெரிய பிழையாகப் பார்க்கப்பட்டது. ரோசியால் ஒருபோதும் நினைத்துப்பார்க்க முடியாத உடைகள் சரோஜமாக மாறுவதற்கு அவளுக்கு தரப்படுகிறது. டேனியல் தனது மனைவியின் தங்க நகைகளை அவளுக்குத் தருகிறார். ஆனாலும் ரோசியால் நிஜத்திலிருந்து வெளியே வர முடிவதில்லை. தரையில் உட்கார்கிறாள், சோறுக்குப் பதில் கஞ்சியே போதும் என்கிறாள். படப்பிடிப்பு முடிந்த பின் சரோஜமாக அவள் உடுத்தியிருந்த உடைகள் அவளுக்கே தரப்படுகிறது. இனி ஒருபோதும் அணிய

முடியாத அந்த உடைகளை மார்போடு அணைத்தபடி ரோசி செல்லும் காட்சி மிகுந்த கவித்துவமானது.

டானியலுக்கு நான்கு குழந்தைகள். அனைவரும் படிப்பு வேலை என வெளியூர்களில் தங்கிப் போனதால் டானியலும், ஜேனட்டும் மட்டும் தனிமையில். எதேச்சையாக டானியல் குறித்து கேள்விப்படும் சேலங்கோட்டு கோபாலகிருஷ்ணன் அவரை அகஸ்தீஸ்வரத்தில் சென்று பார்க்கிறார். பேச மறுத்து அவரைத் திருப்பியனுப்புகிறார் டானியல். சேலங்கோட்டு கோபாலகிருஷ்ணன் ஜேனட்டிடம் பேட்டி காண்கிறார். அதைப் படிக்கும் டானியல் கோபாலகிருஷ்ணனை அழைத்துதான் படம் எடுத்த கதையைக் கூறுகிறார். டானியல்தான் முதல் மலையாள சினிமாவை எடுத்தவர் என நிறுவ கோபாலகிருஷ்ணன் எடுக்கும் முயற்சிகள் நிராகரிக்கப்படுகிறது. முக்கியமாக அதனை அங்கீகரிக்கும் பொறுப்பிலிருக்கும் ஐஏஎஸ் அதிகாரியும் மலையாளத்தின் குறிப்பிடத்தகுந்த எழுத்தாளருமான மலையாற்றூர் ராமகிருஷ்ணன். பிரதி எதுவுமில்லாத படத்தை எப்படி அங்கீகரிக்க முடியும் என பல காரணங்கள் கூறி நிராகரிக்கிறார். ஆனால் அவரது மறுப்புக்குப் பின்னால் உள்ளது சாதிவெறி. டானியல் ஒரு தமிழர் என்பதும் அவர் வசிப்பது தமிழ் பகுதி என்கிற வாதமும் எடுபடாமல் போகும் போது ஒரு நாடாரை எப்படி முன்னிலைப்படுத்துவது என்று வெளிப்படையாகவே கேட்கிறார். இது படத்திலும் இடம்பெறுகிறது. மலையாற்றூர் ஐயர். மலையாளத்தின் முதல் சினிமா என அங்கீகரிக்கப்பட்ட பாலனை எடுத்தது மாடர்ன் தியேட்டர்ஸ் சுந்தரம். சுந்தரம் மலையாற்றூரைப் போல ஐயர்.

மலையாற்றூர் பதவியில் இருக்கும்வரை டானியல் அங்கீகரிக்கப்படவில்லை. டானியலின் மறைவுக்குப் பிறகு — 1976 ல் — ஜேனட்டுக்கு பென்ஷன் தர கேரள அரசு முன் வந்தது. 1992 ல் வாழ்நாள் சாதனையாளர் விருதுக்கு டானியல் பெயரை சூட்டியது.

கமலின் செலுலாயிட் டானியல் என்ற மகத்தான ஆளுமைக்கு செய்யப்பட்ட போற்றுதலுக்குரிய அஞ்சலி. டானியலின் ஆளுமையை அப்படியே திரையில் கொண்டு வந்திருக்கிறார் கமல்.

திரைப்படக் கலை குறித்த சரியான புரிதலில்லாத நிலையிலும் எப்படியேனும் சினிமா எடுக்க வேண்டும் என்ற இளமைக்கால டானியலின் துடிப்பையும் முயற்சியையும் பிருத்விராஜ் தனது நடிப்பில் அப்படியே பிரதிபலிக்கிறார்.

மூன்றரை கோடி முதலீட்டில் எடுக்கப்பட்ட செலுலாயிட், அதன் குறைவான பட்ஜெட்டுக்குள் சிறப்பான கலை உருவாக்கத்தைக் கொண்டிருக்கிறது. இருபதுகளின் கதையைப் பார்க்கிறோம் என்ற நினைப்பு ஒருபோதும் விலகவில்லை. ரோசியாக வரும் நந்தினி இன்னொரு சிறப்பான தேர்வு. கறுப்பு மை தேவைப்படாமலே ஒரு புலையப் பெண்ணை தோற்றத்தில் கொண்டிருக்கிறார்.

இந்தப் படத்தின் சிறிய நெருடல் என்றால் பியூ.சின்னப்பாவின் பாத்திரத்தை ஏற்று நடித்த மதன் பாப் திரையில் வரும் காட்சிகள். மிகையான நடிப்பில் எரிச்சலை வரவழைக்கக் கூடியதாக இருக்கிறது அவரது நடிப்பு. தமிழ் நடிகர்கள் எப்போதும் மிகை நடிப்பைக் கொண்டவர்கள் என்ற தட்டையான புரிதல் இதற்கு காரணமாக இருக்கலாம். செலவு பிடிக்கும் காட்சிகளையும், படத்தின் ஓர்மையிலிருந்து விலகிச் செல்லக் கூடிய நிகழ்வுகளையும் கமல் கவனமாகத் தவிர்த்திருக்கிறார். பி.யூ.சின்னப்பாவால் டானியல் ஏமாற்றப்படும் காட்சிகள் வசனங்களாகவே வருகிறது. டானியலின் குழந்தைகள் குறித்த சித்திரம் அனேகமாக இல்லை.

நான்கு குழந்தைகள் உடைய அவர்கள் எப்படி தனிமைப்படுத்தப்பட்டார்கள் என்பதைப் படம் சொல்வதில்லை. இறுதிகாட்சியில் டானியலின் ஆவணப்பட வெளியீட்டில் டானியலின் இளைய மகன் ஹரீஷ் டானியல் விகதகுமாரன் பிரதியைத்தான் தீயிட்டுக் கொளுத்தியதைப் பகிர்ந்துகொள்ளும் நிகழ்ச்சி அந்தக் குறையை ஈடுசெய்து ஒரு முழுமையைத் தருகிறது.

ஒரு சரித்திரப் படம் எப்படி காலத்தை பிரதிபலிக்க வேண்டும் என்பதற்கு இப்படம் ஒரு சான்று. சாதிப்படிநிலைகளை அப்பட்டமாகப் படம் சொல்கிறது. நாயர்களும், நம்பூதிரிகளும் சாதிவெறியின் உச்சத்தில் ஆடிய காலகட்டத்தில் மிஷனரிகளின் தாக்கத்தால் கீழ்ச்சாதியினர் கிறிஸ்தவத்துக்கு மாறி, மதத்தை கேடயமாக்கி சாதிவெறியை எதிர்கொண்டதையும் ஒரு காட்சியில்

படம் கோடிட்டுக் காட்டுகிறது. சமூகப் போராளியான அய்யன் காளியும் படத்தில் ஒரு இடத்தில் குறிப்பிடப்படுகிறார்.

இன்று டானியலை அறியாத ஒரு மலையாளியும் இல்லை. கமல் என்ற கலைஞனின் படைப்பு அதனை சாத்தியப்படுத்தியிருக்கிறது. மலையாள சினிமா இருக்கும்வரை அதன் பிதாமகன் சிம்மாசனத்தில் டானியல் வீற்றிருப்பார். இந்த நேரத்தில் இன்னொரு டானியல் நினைவுக்கு வருகிறார். பி.எச்.டானியல். ஏறக்குறைய ஜே.சி.டானியலின் அதே காலகட்டத்தில் தேயிலைத் தோட்டங்களில் கொத்தடிமைகளாக இருந்த தமிழர்களுக்கு மருத்துவ உதவியளித்து, அவர்களை ஒன்று திரட்டி, அவர்களின் உரிமைகளுக்காக தொழிலாளர் கூட்டமைப்பை உருவாக்கிய பொதுவுடைமைக்காரரர்.

அந்த மக்களின் சாதிய கொடுமைகளையும், தேயிலைத் தோட்டத்தில் அனுபவித்த கொத்தடிமை கொடூரங்களையும் ஒரு மனிதனாக அணுகியதால் மட்டுமே ரெட் டீ என்ற நாவலை டானியலால் எழுத முடிந்தது. அதுவொரு சுயசரிதையைப் போன்றது. அன்றைய தேயிலைத் தோட்டங்களில் நிலவிய கொத்தடிமை முறையையும், சாதிய கொடுமைகளையும் ரெட் டீ நாவலில் டானியல் ஆவணப்படுத்தினார். தன்னைப் போலவே ஆபிரஹாம் என்ற மருத்துவர் கதாபாத்திரத்தை அதில் உருவாக்கினார். எரியும் பனிக்காடு என்ற பெயரில் தமிழில் மொழிபெயர்க்கப்பட்ட டானியலின் ரெட் டீ நாவலை அடிப்படையாக வைத்துதான் பாலா பரதேசியை எடுத்தார். அதில் பொதுவுடமைக்காரரர் டானியல் மருத்துவ சேவையை போர்வையாக்கி மதமாற்றும் ஏமாற்றுக்காரனாகவும், குடிகாரனாகவும், கங்காணியைவிட ஆபத்தானவராகவும் சித்தரிக்கப்பட்டிருந்தார். கீழ்ச்சாதிக்காரரர்களை மலம் தின்ன வைத்தவர்களை வசதியாக மறைத்துவிட்டு ரொட்டி தந்து மதமாற்றினார்கள் என்பது எந்தவிதமான அரசியல்?

ஜே.சி.டானியலுக்கு ஒரு கமல் கிடைத்த மாதிரி பி.எச். டானியலுக்கு ஒருவர் அமையாமல் போனது துரதிர்ஷ்டம்.

(தமிழ்.வெப்துனியா.காம் : 12-04-2013)

காற்று நம்மை ஏந்திச் செல்லும்

உலக சினிமா ரசிகர்களை ஈரானிய சினிமாவின் பக்கம் திருப்பியவர்களில் முக்கியமானவர் இயக்குநர் அப்பாஸ் கியராஸ்தமி. 1940 இல் டெஹ்ரானில் பிறந்த இவர் ஆரம்ப காலத்தில் விளம்பரப் படங்களை வடிவமைக்கும் ஓவியராக இருந்தார். 1969 இல் இவர் இயக்கிய 12 நிமிடங்கள் ஓடக்கூடிய குறும்படமே இவரது முதல் திரைமுயற்சி.

டெஹ்ரானைச் சுற்றியுள்ள கிராமங்களே இவரது படங்களின் முக்கிய கதைக்களன்களாக இருந்து வருகின்றன. கிராமத்து மனிதர்களையே இவர் பெரும்பாலும் தனது படங்களில் நடிக்க வைக்கிறார். சாதாரண மக்களுக்கு எதையும் புரியும்படி சொன்னால் அவர்கள் ஏற்றுக்கொள்ளவும், தங்களை வெளிப்படுத்தவும் தயாராக இருக்கிறார்கள். மேலும், அவர்கள் நடிப்பை ஒரு தொழில் என்று நம்புவதில்லை என இதற்குக் காரணம் கூறுகிறார் கியராஸ்தமி.

இவரது படங்கள் எளிமையான தோற்றத்துடன் ஆழமான உணர்வுகளை பிரதிபலிப்பவை. ஒரு திரைப்படத்திற்கு தகுதியில்லாதவை என முதல் பார்வையில் ஒதுக்கித் தள்ளும் எளிய நிகழ்வுகளே இவரது திரைப்படங்களை கட்டமைக்கின்றன. இந்த நிகழ்வுகள் வாழ்வின் ஆதார சுருதியை மீட்டிச் செல்ல ஒருபோதும் தவறியதில்லை என்பது இவரது கலை ஆளுமையின் சிறப்பு.

அப்பாஸ் கியராஸ்தமி என்றதும் அவரது ரசிகர்களுக்கு முதலில் நினைவுக்கு வருவது, குழந்தைகள். இவரளவுக்கு குழந்தைகளின் உலகை இயல்பாக காட்சிப்படுத்திய இயக்குநர்கள் வேறில்லை எனலாம். குழந்தைகளுடன் தொடர்ந்து பணிபுரிவது தனக்குப் பிடித்திருப்பதாக கூறும் கியராஸ்தமி, குழந்தைகள் கேமராவின் முன்பு இயல்பாக தங்களை வெளிப்படுத்திக் கொள்கிறார்கள், முக்கியமாக அவர்கள் பணத்துக்கோ, புகழுக்கோ ஆசைப்படுவதில்லை என்கிறார்.

தனது ஒவ்வொரு படத்திலும் புதிய யுக்திகளை இயல்பாக முயன்று பார்க்கிறவர் அப்பாஸ் கியராஸ்தமி. இவரது கோக்கர் ட்ரையாலஜி (Koker trilogy) ஆவணப்படத்தன்மையுடன் எடுக்கப்பட்டிருந்தாலும், ஆவணப் படங்களுக்குரிய செய்தித்தன்மை அந்தப் படங்களில் இருப்பதில்லை. 'Ten' திரைப்படத்தை முழுக்க ஓடும் காரில் எடுத்திருப்பார். பதினைந்து நிமிடங்கள் ஒரே கோணத்தில் அண்மைக் காட்சியில் சிறுவன் ஒருவனின் பேச்சை படமாக்கும் துணிச்சல் இவரைத் தவிர வேறு யாருக்கும் வருமா என்பது சந்தேகமே.

அப்பாஸ் கியராஸ்தமியின் திரைப்படங்களின் தன்மையை, அவர் பிரச்சனைகளை எதிர்கொள்ளும் விதத்திலிருந்து நாம் புரிந்துகொள்ள முடியும். முக்கியமாகத் தணிக்கையைப் பற்றிய அவரது புரிதல். ஈரான் கறாரான மூன்றடுக்குத் தணிக்கை முறையைக் கொண்ட நாடு. பெண்களின் தலைமுடியைத் திரைப்படங்களில் காண்பிப்பதற்கு அங்கு தடை உள்ளது. இந்தக் கடுமையான சவாலை வேறொரு படைப்பாளி என்றால் தனது படைப்பாற்றலின் இன்னொரு சிறப்பாகக் காட்டியிருக்க வாய்ப்புள்ளது. ஆனால், அப்பாஸ் கியராஸ்தமி இதற்குத் தரும் விளக்கம், ஒரு பிரச்சனையை தன்னளவில் மட்டுமின்றி, எல்லோருக்குமான இடத்திலிருந்து எப்படி அணுகுகிறார் என்பதைக் கோடிட்டுக் காட்டுகிறது.

"ஈரானில் தணிக்கை என்பது ஒரு இயக்குனருக்கு மட்டுமான பிரச்சனையில்லை. நான் ஒரு குடும்பத்தைப் பற்றி, கணவன், மனைவி குறித்து படமெடுப்பதை தவிர்ப்பேன். ஒரு கணவனையும், ஒரு மனைவியையும், ஒரு குழந்தையையும் வெவ்வேறு

இடங்களிலிருந்து தருவித்து, ஒரு குடும்பத்தை காண்பிக்க முடியும். ஆனால், என் வியூ பைண்டர் வழியாகப் பார்க்கும் போது அது உண்மையாக இருக்காது. ஒரு குழந்தை தன்னுடைய தாயின் தலைமுடியை பார்ப்பதோ, ஒரு கணவன் தனது மனைவியின் தலைமுடியை பார்ப்பதோ நிஜ வாழ்க்கையில் சகஜம். என் மனைவியோ, சகோதரியோ படுக்கையில் முக்காடு அணிவதில்லை. ஆனால், திரைப்படத்தில் இதனைக் காண்பிக்க முடியாது. என் தந்தை என் அம்மாவின் தலைமுடியை பார்த்திருப்பார். ஒரு குழந்தை அதனுடைய பாட்டியின் தலைமுடியைப் பார்த்திருக்கும். இதுதான் எனக்குத் தெரிந்த வாழ்க்கை. சினிமாவில் தணிக்கை வலியுறுத்தும் வாழ்க்கை எனக்கு அறிமுகமில்லாதது. அறிமுகமில்லாத ஒன்றை நான் தொடுவதில்லை. அதனால் இயல்பாகவே நான் குடும்பங்களைக் காண்பிப்பதை தவிர்த்து எனது சினிமாவுக்காக கிராமங்களுக்கு செல்கிறேன்.

“ஈரானுக்கு வெளியே என்னை சந்திப்பவர்கள் கேட்கும் இரண்டாவது கேள்வி அனேகமாக ஈரானில் உள்ள தணிக்கை பற்றியதாக இருக்கும். ஈரானின் குடிமகனாக சின்ன வயதிலிருந்தே ஒவ்வொருவரும் தணிக்கையை எதிர்கொள்கிறோம். சின்ன வயதில் எது நமக்கு நல்லது, எது தீயது என்று பெற்றோர்கள் தீர்மானிக்கிறார்கள். பள்ளிகளில் இது இன்னும் அதிகம். பாடத்திட்டங்களிலும் தணிக்கை உண்டு. இயக்குநர்கள் மட்டுமின்றி எல்லாத் துறையினரும் தணிக்கையை எதிர்கொள்கிறார்கள். அதை எப்படி சமாளிப்பது என்பதையும் தெரிந்து வைத்திருக்கிறார்கள்.

“என்னுடைய ஆர்க்கிடெக் நண்பர், யாரேனும் அவரை அணுகினால் தான் கட்டியதில் மிக மோசமான நிலையில் உள்ள கட்டடத்தையே காண்பிப்பார். அதனால் அவரிடம் வருகிறவர் வேறொரு டிஸைனை முயன்றுப் பார்க்கச் சொல்வார். தன்னுடைய கிரியேட்டிவிட்டியை இப்படி அவர் தக்க வைத்துக் கொண்டுள்ளார். நான் ஈரானுக்கு வெளியே தணிக்கைக் குறித்துப் பேசாததற்கு காரணம், பிரச்சனை வரும் என்று பயந்தோ, அரசாங்கத்துக்கு சாதகமாக நடக்க வேண்டும் என்பதற்காகவோ இல்லை. தணிக்கை ஈரானில் எல்லோரது வாழ்க்கையிலும் இருக்கிறது என்பதால்தான்.”

அப்பாஸ் கியராஸ்தமியின் இந்த விளக்கம் பல செய்திகளை சொல்கிறது. தணிக்கை என்பதை அரசாங்கத்தின் அதிகார குறிக்கீடு என்ற அளவில் மட்டுமே நாம் பார்க்கிறோம். அதனால்தான், தணிக்கைக் குறித்த நமது பார்வை சினிமா, பத்திரிகை இரண்டுடன் நின்றுவிடுகிறது. அப்பாஸ் கியராஸ்தமி தனது ஆர்க்கிடெக் நண்பரை குறிப்பிட்டதன் வழியாக தணிக்கைக்கு அரசு அதிகாரத்தைத் தாண்டி இன்னொரு பரிமாணத்தை அளிக்கிறார். இந்தத் தணிக்கை சினிமாவைத் தாண்டி ஒவ்வொரு துறையிலும், ஒவ்வொருவர் வாழ்க்கையிலும் பார்க்கக் கூடிய முழுமையைத் தருகிறது. உதாரணமாக, சமீபத்தில் சென்னையில் வீடு வீடாகச் சென்று பொருட்களை விற்பனை செய்யும் பெண் விற்பனைப் பிரதிநிதி லிப்டில் சிறுநீர் கழித்ததாக பத்திரிகையில் செய்தி வெளியானது. இந்திய மாநகரங்களில் ஒரு பெண் தனது இயற்கை உபாதையை தணித்துக் கொள்வதற்கான வசதிகள் இன்னும் செய்துத் தரப்படவில்லை. இதனால், காலையில் வீட்டிலிருந்து கிளம்பும் பெண்கள் மாலைவரை இயற்கை உபாதைகளை பொறுத்துக் கொள்ள வேண்டிய நிலை உள்ளது. அப்பாஸ் கியராஸ்தமியின் பார்வையில் சொல்வதென்றால், இந்த நகரம் பெண்களின் இயற்கை உபாதைகளை தணிக்கைச் செய்கிறது. அவரது தணிக்கை குறித்த விரிந்த பார்வையில் இந்தப் பெண்களுக்கும் இடமுண்டு.

ஈரானில் ஹாலிவுட் சினிமாவை தடை செய்திருக்கிறார்கள். ஹாலிவுட் கலாச்சார சீரழிவை ஏற்படுத்தும் என்பதால் இந்த ஏற்பாடு. இதனை கியராஸ்தமி வேறுவிதமாக அணுகுகிறார். "ஈரான் கலாச்சார முரண்கள் நிறைந்த நாடு. இங்கு ஜீன்ஸ் அணிந்து பள்ளி செல்ல முடியாது. ஆனால், அதே சிறுவன் எம் டிவி பார்க்கலாம். சினிமாவைத் தடை செய்து தொலைக்காட்சியை அனுமதித்திருக்கிறார்கள். என்னுடைய விருப்பமெல்லாம், தொலைக்காட்சி இணைப்பைத் துண்டித்து அதனை அலமாரியில் வைத்து மூடிவிட வேண்டும் என்பதுதான். இதை வெளிப்படையாகச் சொன்னால், தொலைக்காட்சிக்குப் பதில் என்னை அலமாரியில் வைத்துப் பூட்டிவிடுவார்கள்."

ஒரு திரைப்படத்தின் முற்றுப் பெறாத அம்சங்களில் பார்வையாளன் பங்களிப்பு செலுத்தும் போதே ஒரு திரைப்படம்

முழுமையடைகிறது என்கிறார் கியராஸ்தமி. அவருக்கு கான் திரைப்பட விழாவில் *Palm d'Or* விருதை பெற்றுத் தந்த படம் டேஸ்ட் ஆஃப் செர்ரி. இதில் வரும் நடுத்தர வயது மனிதர் காரில் பயணம் செய்கிறார். டெஹ்ரானின் சந்தடி மிகுந்த சாலைகளில் அவரது வாகனம் தயங்கித் தயங்கி செல்கிறது. தெருவோரம் நிற்கும் மனிதர்கள் காரை நெருங்கி வந்து, வேலைக்கு ஆட்கள் தேவையா என கேட்கிறார்கள். அவர்கள் நிரந்தர வேலை எதுவும் இல்லாதவர்கள். தினசரி கூலி வேலைகளுக்காக காத்திருக்கிறார்கள்.

அப்பாஸ் கிராஸ்தமி தனது திரைப்படங்களில் எதையும் வெளிப்படுத்துவது இல்லை, எதையும் சொல்வதும் இல்லை என்றொரு மேலோட்டமான குற்றச்சாட்டு அவர் மீது உண்டு. ஒரு வகையில் இந்தக் குற்றச்சாட்டு உண்மை. கிராஸ்தமியின் படங்கள் எதையும் முதன்மைப்படுத்துவதோ, இது சரி இது தவறு என வகைப்படுத்துவதோ கிடையாது.

ஒன்றை மட்டும் முதன்மைப்படுத்துவதும், சரி தவறு என நிர்ணயிப்பதும் கூட வன்முறையின் ஒரு பகுதி என்கிறது பின்நவீனத்துவம். பின்நவீனத்துவம் கூறும் இந்த வன்முறை முழுமையாக களையப்பட்டவை கிராஸ்தமியின் படங்கள். இதன் பொருள் அவர் எதையும் தனது படங்களில் வெளிப்படுத்தவில்லை என்பதல்ல. தனது படங்கள் எதைச் சொல்ல வருகின்றன என்பதை தீர்மானிக்கும் உரிமையை அவர் பார்வையாளனுக்கே தந்து விடுகிறார்.

டேஸ்ட் ஆஃப் செர்ரியில் வரும் நடுத்தர வயது மனிதர் டெஹ்ரானுக்கு வெளியே வறண்ட, புழுதி பறக்கும் மலைப் பாதையில் தனது காரை ஓட்டிச் செல்கிறார். அவரது தேவையெல்லாம், அவருக்கு உதவி செய்ய ஒரு நம்பகமான மனிதன் வேண்டும். மலைப்பாங்கான பகுதியில் அவர் ஒரு குழி தோண்டி வைத்திருக்கிறார். தூக்க மாத்திரைகள் சாப்பிட்டு அன்றிரவு அந்தக் குழியில் அவர் படுக்க இருக்கிறார். அவருக்கு செய்ய வேண்டியதெல்லாம், மறுநாள் அந்தக் குழி அருகே வந்து அவர் பெயரை இருமுறை கூறி எழுப்ப வேண்டும். அவர் எழுந்து கொள்ளவில்லை என்றால் அவர் மீது மண்ணைப் போட்டு மூடி விட வேண்டும். அதற்கு அவர் பெருந்தொகை தரத் தயாராக இருக்கிறார்.

அவர் உதவி கேட்கும் ராணுவத்தில் பணிபுரியும் சிறுவன், செமினாருக்காக ஆஃப்கானிஸ்தானிலிருந்து வந்திருக்கும் இளைஞன் என எல்லோருமே பணத்தேவை மிகுந்தவர்கள். ஆனால், யாரும் அவரது தற்கொலை முடிவுக்கு உதவுவதாக இல்லை. ராணுவத்தில் பணிபுரிபவன் நடுத்தர வயது மனிதனின் கோரிக்கையைக் கேட்டு பயந்து ஓடுகிறான். செமினார் இளைஞன் குரானை மேற்கோள் காட்டி தற்கொலை தவறு, எல்லாப் பிரச்சனைகளுக்கும் தீர்வு உண்டு என வாதிடுகிறான். அவரது கோரிக்கைக்கு ஒத்துக்கொள்ளும் பேராசிரியரும், நாளை நீ நிச்சயம் உயிருடன் இருப்பாய் என கூறிச் செல்கிறார்.

ராணுவச் சிறுவன் குர்திஸ்தானை சேர்ந்தவன். அங்கு போர் என்பதும் கொலை என்பதும் சகஜம். சிறுவனும் சிறிது நாளில் தனது தொழில் நிமித்தம் தனக்கு அறிமுகமில்லாத பலரை கொலை செய்யப் போகிறான். செமினார் இளைஞன் ஆஃப்கானிஸ்தான் போர் காரணமாக அங்குப் படிக்க இயலாமல் ஈரான் வந்தவன். செலவுகளுக்காக விடுமுறைகளில் வேலை பார்ப்பவன். இவர்கள் இருவருக்குமே போர், கொலைகள் என்பவை வாழ்வோடு நெடுக்கமானவை. இருவருமே போர் மிகுந்த சூழலில் இருந்து வந்தவர்கள். பணத் தேவை மிகுந்தவர்கள். இருந்தும் ஒரு மனிதனின் தற்கொலைக்கு உதவியாக இருப்பதற்கே அவர்களின் மனம் ஒப்பவில்லை. பணம் கிடைக்கும் என்ற நிலையிலும் அவர்கள் அந்த செயலுக்குத் துணை போகவில்லை. இதுதான் போர் மிகுந்த சூழலில் இருக்கும் மனிதர்களின் இயல்பு என்றால், அவர்களைப் போர் செய்ய, சக மனிதர்களைப் படுகொலை செய்யத் தூண்டுவது எது? அல்லது யார்?

நடுத்தர வயது மனிதனின் கோரிக்கைக்கு ஒத்துக் கொள்ளும் பேராசிரியர், தனது உரையாடலின் போது, தான் தற்கொலைக்கு முயன்றதை விவரிக்கிறார். தற்கொலை எண்ணத்துடன் மல்பரி தோட்டத்துக்கு கயிறுடன் வருகிறார் பேராசிரியர். மல்பரி மரத்தில் ஏறி சரியான கிளையைத் தேர்வு செய்யும்போது மல்பரி பழம் ஒன்று அவர் கையில் பட்டு நசுங்குகிறது. அதை சுவைத்துப் பார்க்கிறார். செர்ரியின் சுவை நாக்கில் ஒட்டிக் கொள்கிறது. மேலுமொரு செர்ரியைப் பறித்து சுவைக்கிறார். தொலைவில் சூரியன் செந்நிறத்தில் உதிக்கிறான். குழந்தைகள்

மல்பரி தோட்டத்துக்கு வருகிறார்கள். பேராசிரியரின் மனதில் ஓர் எண்ணம், "ஆஹா... வாழ்க்கை தான் எத்தனை அருமையானது !"

பேராசிரியர் தற்கொலை செய்து கொள்ள விரும்பும் மனிதனிடம் கேட்கிறார், "உனக்கு சூரியன் உதிப்பதை, இயற்கையின் அழகை ரசிப்பதில் விருப்பம் இல்லையா ?" தொடரும் பேராசிரியரின் உரையாடல் வாழ்வின் ஆதார சுவை குறித்த அதிர்வலையை பார்வையாளர்களிடம் எழுப்புகிறது.

அப்பாஸ் கிராஸ்தமியின் கலை ஆளுமையை முழுமையாக வெளிப்படுத்திய இன்னொரு திரைப்படம், தி வின்ட் வில் கேரி அஸ் *(The Wind will Carry us).*

மரங்கள் இல்லாத பெரிய மலைகளின் வளைந்து செல்லும் பாதைகளினூடே புழுதி கிளப்பி வரும் ஜீப்பிலிருந்து படம் தொடங்குகிறது. லாங் ஷாட்டில் காட்டப்படும் ஜீப்பில் இருப்பவர்களின் பேச்சு திரையில் ஒலிக்கிறது. அவர்கள் டெஹ்ரானிலிருந்து பல மைல் தொலைவில் உள்ள Siah Dareh என்ற சிறிய கிராமத்திற்குச் செல்பவர்கள். பாதி வழியில் சிறுவன் ஒருவன் அவர்களைக் கிராமத்திற்கு வழி நடத்தி அழைத்துச் செல்கிறான்.

மூன்று பேர் கொண்ட அந்தக் குழுவில் ஒருவர் மட்டுமே பார்வையாளர்களுக்கு காட்டப்படுகிறார். அவரை கிராமத்திலுள்ளவர்கள் என்ஜினியர் என்று அழைக்கிறார்கள். என்ஜினியரும் அவர் நண்பர்களும் எதற்காக அந்த கிராமத்திற்கு வருகிறார்கள் என்பது படத்தில் சொல்லப்படவில்லை.

Siah Dareh —ல் உள்ள நூறுவயதைத் தாண்டிய மூதாட்டி ஒருத்தி சாகும் தருவாயில் இருக்கிறாள். அவளின் இறுதிச் சடங்கைப் படம்பிடிக்கவே என்ஜினியரும் அவர் குழுவும் அங்கு வந்திருக்கிறது. படத்தில் வரும் காட்சிகள் இப்படியொரு ஊகத்துக்கு பார்வையாளர்களை இட்டுச்செல்கிறது என்றாலும் இதுதான் காரணம் என்பது படத்தில் திட்டவட்டமாக சொல்லப்படவில்லை.

மூதாட்டியின் மரணம் நாள் கணக்கில் தள்ளிப்போகிறது. இந்த காலகட்டத்தில் என்ஜினியருக்கு அக்கிராமத்தில் உள்ளவர்களுடன்

ஏற்படும் சிறிய நிகழ்வுகள், வழிகாட்ட உதவிய சிறுவனுடன் ஏற்படும் உறவு ஆகியன பார்வையாளர்களுக்கு Siah Dareh கிராமத்துடன் இனம் புரியாத ஒட்டுதலை ஏற்படுத்துகின்றன.

இறுதியில் மூதாட்டியின் மரணம் நிகழும்போது என்ஜினியர் கிராமத்தை விட்டுப் புறப்படுகிறார். மூதாட்டியின் மரணமும் படத்தில் அறுதியிட்டு கூறப்படவில்லை. படத்தில் வரும் காட்சிகள் இப்படியொரு தீர்மானத்துக்கு பார்வையாளர்களை இட்டுச்செல்கிறது, அவ்வளவே!

நல்ல கதையே ஒரு சிறந்த திரைப்படத்தை உருவாக்குகிறது என்ற பொதுவான கருத்து நம்மிடையே நிலவுகிறது. நல்ல கதையை காட்சிகள் மூலமும், வசனங்கள் வாயிலாகவும் பார்வையாளர்களுககு புரியும்படியும், அவர்கள் உணர்வுளைத் தூண்டும்படியும் யார் உச்சத்துக்கு எடுத்துச் செல்கிறார்களோ அவர்களே சிறந்த இயக்குநர்கள். இப்படிப்பட்ட திரை ஆக்கங்களில் நிகழ்வுகளே கதையை நகர்த்தும் பிரதான விஷயங்களாக அமைகின்றன. சரியாகச் சொன்னால் நிகழ்வுகளின் தொகுப்பே கதையாக பரிணமிக்கிறது.

உதாரணமாக கில்லி திரைப்படத்தில் பிரகாஷ்ராஜ் த்ரிஷாவை இழுத்துச் செல்லும்போது விஜய் எதிரில் வருகிறார். இது ஒரு நிகழ்வு. இந்த நிகழ்வு நடைபெறாமல் போயிருந்தால் அதாவது விஜய் வராமல் போயிருந்தால் கதை என்னவாக ஆகியிருக்கும். யூகிக்க சிரமமாக இருக்கிறதல்லவா. இந்த நிகழ்வுக்குப் பிறகு வரும் அனைத்து நிகழ்வுகளும் அதாவது விஜய் த்ரிஷாவை காப்பாற்றுவது, பிரகாஷ்ராஜ் சென்னை வருவது ஆகிய அனைத்தும் நாம் முதலில் பார்த்த நிகழ்வின் ஆதாரத்திலேயே கட்டமைக்கப்பட்டுள்ளன. இதில் ஒரு நிகழ்வை உருவினாலும் கதை சீட்டுக்கோபுரமாக பொலபொலவென சரிந்துவிடும்.

மாறாக 'The Wind will Carry us' திரைப்படத்தில் நிகழ்வுகள் கதையை கட்டமைக்கவில்லை. சரியாகச் சொன்னால் இப்படத்தில் வரும் நிகழ்வுகள் கதை என்று திட்டவட்டமாக ஒன்றை உருவாக்கவேயில்லை. ஆகையால் விஜய் வராமல் போயிருந்தால் என்பது போன்ற ஒரு கேள்வியை இப்படத்தின் மீது வைக்க இயலாது. பல நிகழ்வுகள் ஒன்றிணைந்து கதை

என்ற ஒன்றை கட்டமைக்காததும், நிகழ்வுகள் ஒவ்வொன்றும் தனித்தனியே முழுமை பெற்று வேறு நிகழ்வுகளை சாராமல் இருப்பதுமே இதற்குக் காரணம்.

சரி, கதையே திரளாத ஒரு திரைப்படம் பார்வையாளர்களுக்கு என்ன அனுபவத்தை தர முடியும்? அதுதான் இத்திரைப்படத்தில் அப்பாஸ் கிராஸ்தமி தனக்குத்தானே வகுத்துக்கொண்ட சவால்.

Siah Dareh சிறிய கிராமம். மலைகளுக்கு நடுவில் ஒரு குன்றின் மீது செங்கல்களாலும், மண், சுண்ணாம்பு சுதையாலும் நிர்மாணிக்கப்பட்ட மிகச்சிறிய கிராமம். படத்தினூடாக வரும் அக்கிராமத்தின் எளிய மனிதர்கள், குறுகலான தெருக்கள், வளர்ப்புப் பிராணிகள், காற்றில் பொன்னிறத்தில் அலையும் தானியக் கதிர்கள், புழுதி கிளப்பும் மண் பாதைகள் என ஒவ்வொன்றும் பார்வையாளர்களை அக்கிராமத்துடன் உணர்வுபூர்வமான ஓர் உறவை ஏற்படுத்துக்கின்றன. படத்தில் சுவாரஸியத்திற்கு குறைவில்லை.

கிராமத்தில் என்ஜினியருக்கு சரியாக செல்போன் சிக்னல் கிடைப்பதில்லை. சிக்னல் கிடைக்க வேண்டுமென்றால் அவர் தனது ஜீப்பில் ஏறி அப்பகுதியிலேயே உயரமாக இருக்கும் கிராமத்தின் இடுகாடு அமைத்திருக்கும் பகுதிக்குச் செல்ல வேண்டும். தொலைபேசி ஒலிக்கும் போதெல்லாம் என்ஜினியர் ஜீப்பில் ஏறி இடுகாட்டுக்கு விரைகிறார். திரும்பத் திரும்ப வரும் இக்காட்சி படத்திற்கு ஒரு ரிதத்தை அளிக்கிறது.

இடுகாட்டில் கிராமத்தைச் சேர்ந்த ஒருவன் தொலை தொடர்புத் துறைக்காகப் பெரிய குறுகலான பள்ளம் ஒன்றைத் தோண்டுகிறான். போன் பேச வரும் என்ஜினியர் அவனுடன் உரையாடுகிறார். அவர் போன் பேச வரும்போதெல்லாம் உரையாடல் தொடர்கிறது. எனினும் பள்ளத்திற்குள் இருக்கும் மனிதனின் முகம் கடைசிவரை காட்டப்படுவதில்லை. இறுதிக் காட்சியில் மண் சரிந்து குழிக்குள் அகப்பட்டுக் கொள்ளும் அவனை கிராமத்தவர்கள் என்ஜினியரின் ஜீப்பில் மருத்துவமனைக்கு எடுத்துச் செல்லும்போதும் அவன் கால்கள் மட்டுமே பார்வையாளர்களுக்கு காட்டப்படுகிறது.

கிராமத்தில் தேநீர் விற்கும் வயதான பெண்மணியுடன் உரையாடுகிறார் என்ஜினியர். அவளிடம், இதுவரை பெண்கள் உணவு பரிமாறி நான் பார்த்ததில்லை என்கிறார், ஹோட்டலில் பெண்கள் உணவு பரிமாறுவதில்லை என்ற அர்த்தத்தில். உடனே அப்பெண்மணி "உனக்கு பெற்றோர் உண்டா?" என்று கேட்கிறாள்.

"உண்டு."

"அப்படியானால் உன் அப்பாவுக்கு உணவு பரிமாறுவது யார் ?"

"அம்மா."

"பிறகெப்படி பெண்கள் பரிமாறி நான் இதுவரை பார்த்ததில்லை என்று சொல்லலாம் ?"

பெண்கள் செய்யும் வீட்டு வேலையை இந்த சமூகம் வேலையாக பார்ப்பதில்லை, அவளது கடமையாகப் பார்க்கிறது. ஆனால், அதுவும் வேலை என்று அந்தப் பெண்ணின் கேள்வி சொல்கிறது. என்ஜினியர் அப்பெண்மணியிடம் வருத்தம் தெரிவிக்கிறார்.

குடிப்பதற்கு பால் வாங்க ஒரு வீட்டிற்கு என்ஜினியர் செல்கிறார். அது இடுகாட்டில் குழி தோண்டுபவனின் காதலியின் வீடு. அவளுக்கு வயது பதினாறு. நிலவறையில் இருட்டான பகுதியில் அவர்கள் மாடு கட்டப்பட்டிருக்கிறது. அரிகேன் விளக்குடன் வரும் அப்பெண்ணின் கால்பகுதி மட்டுமே தெரிகிறது. முகம் தெரியவில்லை. அவள் பால் கறக்கும் போது, ஈரானின் புகழ்பெற்ற பெண் கவிஞர் Forough Farrokhzad—ன் கவிதையை சொல்கிறார் என்ஜினியர். அக்கவிதையில் வரும் ஒரு வரியே 'The Wind will Carrys us.' இந்தப் புகழ்பெற்ற கவிதையையே இந்தப் படத்தில் காட்சி வடிவமாக்கியுள்ளார் அப்பாஸ் கியராஸ்தமி என்கிறார்கள் விமர்சகர்கள்.

மேலோட்டமாக பார்த்தால் இறப்புக்கான காத்திருந்தலே இப்படம். படத்தின் இறுதியில் வரும் மருத்துவரும் இறப்பு குறித்து பேசுகிறார். முதுமைப் பருவம் மிக மோசமானது என்று கூறும் என்ஜினியருக்கு, அதைவிட மரணம் மிக மோசமானது என்று பதிலளிக்கிறார் மருத்துவர். மரணம் இந்த இயற்கையை, இதன் அதிசயங்களை, இதன் தீராத அழகை முற்றிலுமாக நம்மிடமிருந்து பிரித்து விடுகிறது. மேலும், மற்ற அனைத்து செயல்களையும்விட

இயற்கையை கவனிப்பதே மகிழ்வானது என்கிறார் மருத்துவர்.

அப்பாஸ் கியராஸ்தமியின் இந்தப் படத்தில் Siah Dareh கிராமமும், அதை சுற்றியுள்ள நிலக்காட்சிகளும் ஆச்சரியப்படும் விதத்தில் பார்வையாளனுக்குள் பதிய வைக்கப்படுகிறது.

முதல் காட்சியில் ஜீப்பில் உள்ளவர்கள் முகவரி அடையாளமாக மலையில் தனித்து நிற்கும் மரம் ஒன்றைக் குறிப்பிடுகிறார்கள். ஜீப், அதிலுள்ளவர்களின் உரையாடல் இவற்றைத் தாண்டி பார்வையாளனும் அந்த மரத்தின்பால் கவனத்தை குவிக்கிறான்.

பிறிதொரு காட்சியில் மோட்டார் சைக்கிள் ஓட்டிச்செல்லும் ஒருவனை என்ஜினியர் அழைக்கிறார். அழைப்பு கேட்காத அவனை சிறு குன்று மறைக்கிறது. கேமரா அந்தக் குன்றின் பின்னணியில் மோட்டார் சைக்கிளின் சத்தத்தை பின் தொடர்கிறது. சில விநாடிகளில் குன்றின் மறுபுறம் அம்மனிதன் பார்வையாளர்களின் கண்களில் மீண்டும் தென்படுகிறான்.

என்ஜினியர் இடுகாட்டுக்கு கிராம நுழைவாயிலை கடந்து ஜீப்பில் செல்கிறார். வாயிலை கடந்ததும் ஜீப் பார்வையிலிருந்து மறைந்து விடுகிறது. ஆனாலும், திரையில் அந்தக் காட்சியே தொடர்கிறது. சில நொடிகள் கழித்து மறைந்த கார் தொலைவில் சாலையில் மீண்டும் தோன்றுகிறது.

நாம் மேலே பார்த்தது போன்ற ஏராளமான காட்சிகளின் வழியாக கிராமமும் அதன் பூகோள அமைப்பும் மிக நுட்பமாக பார்வையாளர்களின் மனதில் பதிய வைக்கப்படுகிறது. இறுதிக் காட்சியில் மருத்துவர் இயற்கையை குறித்துப் பேசும்போது இந்தப் பதிவுகள் பார்வையாளர்களுக்குள் இயற்கை குறித்த தன்னெழுச்சியை சுண்டிவிடுகின்றன.

வின்ட் வில் கே ரி அஸ் மட்டுமின்றி கியராஸ்தமியின் பிற படங்களும் இப்படி காட்சிக்கு, உரையாடல்களுக்கு வெளியே அரூபமான உணர்வலைகளை எழுப்பக் கூடியவை. மேலும், கதை என்று திட்டவட்டமான ஒன்றை உருவாக்குவதில் தனக்கு உடன்பாடில்லை என்கிறார் கியராஸ்தமி.

“எதெது எனது படங்களில் இருக்கிறதோ அவை எனக்குப் பிடித்தவை. எதெது இல்லையோ அவை எனக்குப் பிடிக்காதவை.

சினிமாவில் எனக்கு கதை சொல்லப் பிடிக்காது, அதனால் என்னுடைய படங்களில் கதை இருக்காது. அதேபோல் ரசிகர்களை உணர்ச்சிவசப்பட வைப்பதும் எனக்குப் பிடிக்காது.”

நல்ல கதை, பல இடங்களில் அழ வைத்துவிட்டார் என்றுதான் நாம் நமது படங்களை பாராட்டிக் கொண்டிருக்கிறோம். மாறாக கதை சொல்வதும், ரசிகர்களை உணர்ச்சிகளின் ஆழத்துக்கு இழுத்துச் செல்வதும் எனக்கு உடன்பாடில்லை என்கிறார் கியாரஸ்தமி. அவருக்குப் பிடித்தமானவை குறித்தும் கூறுகிறார்.

“நல்ல படம் என்பது பார்க்கிறவரின் சக்தி முழுவதையும் உறிஞ்சுவதாக இருக்க வேண்டும். திரையரங்கைவிட்டு வெளியேறிய பிறகே அவர் தனது சக்தியை மீட்டெடுக்க வேண்டும். போரடிக்கிற நிறைய படங்கள் இங்குண்டு. ஆனால், அவை மரியாதைக்குரியவை. சில படங்களை பார்க்கவே முடிவதில்லை. என்னை திரையரங்கைவிட்டே துரத்தியிருக்கிறது. ஆனால், அந்தப் படங்கள்தான் நடுஇரவில் எழுப்பி என்னை சிந்திக்கத் தூண்டியிருக்கிறது. இந்த மாதிரிப் படங்களே எனக்குப் பிடித்தமானவை.”

அப்பாஸ் கியராஸ்தமி குறிப்பிடும் போரடிக்கும் படங்கள் என்பது நமது பொதுப்புத்தியில் இருக்கும் போரடிக்கும் படங்களல்ல. அவர் ஏற்கனவே குறிப்பிட்டிருக்கும், பார்வையாளனின் பங்களிப்பைக் கோரும் திரைப்படங்கள்.

“சில படங்கள் ஆணி அடித்த மாதிரி நம்மை நாற்காலியோடு உட்கார வைக்கும். ஆனால், அந்தப் படங்களை பார்த்து முடித்த பிறகு நாம் ஏமாற்றப்பட்டது தெரியவரும். பார்வையாளர்களை பிணைக் கைதிகளைப் போல் இப்படங்கள் திரையரங்கில் பிடித்து வைக்கின்றன. இவ்வகைப் படங்களை நான் விரும்புவதில்லை.”

அப்பாஸ் கியராஸ்தமியின் திரைப்படம் குறித்தப் பார்வை நமது வெகுஜன ரசனைக்கு முற்றிலும் மாறானது. ‘அவரோட படங்களைப் பார்த்தால் உத்வேகம் கிடைக்கும்’ என்று படங்களை எனர்ஜி பூஸ்டர்களாகப் பார்க்கும் நமது புரிதலுக்கு எதிரான உலகம் கியராஸ்தமியுடையது. சமீபத்தில் பிரபல தமிழ் எழுத்தாளர் ஒருவர் — இவர் வசனகர்த்தாவும்கூட — தொலைக்காட்சிக்கு

அளித்தப் பேட்டியில், படம் பார்க்கிற இரண்டரை மணி நேரம் ரசிகர்கள் மனதில் கேள்வி எதுவும் வராமல் பார்த்துக் கொண்டால் போதும். படம் முடிந்த பிறகு லாஜிக் அது இதுன்னு ஆயிரம் பேசட்டும். படம் பார்க்கிறப்போ அந்தக் கேள்விகள் வராமல் பார்த்துக் கொண்டால் போதும் என ஏமாற்றுவதை ஒரு தகுதியாகப் பேசினார்.

பார்வையாளர்களை பிணைக் கைதிகளாக பிடித்து வைத்து இரண்டரை மணி நேரம் ஏமாற்றுவது தவறு என்கிறார் ஒருவர். இரண்டரை மணி நேரம் ஏமாற்று, அதற்குப் பிறகு ஏமாற்றியது தெரிந்தாலும் தவறில்லை என்கிறார் இன்னொருவர்.

இந்த முரணில் வெளிப்படும் வித்தியாசத்தில் அப்பாஸ் கியராஸ்தமி என்ற கலைஞன் ஒளிர்ந்து கொண்டிருக்கிறான்.

(சினிசவுத்.காம் : 08-08-2006)

விசாரணை

விசாரணையை தமிழின் உலக சினிமா என்று கொண்டாடுகிறார்கள். ஆனால், ஆடுகளம் அளவுக்குப் படம் என்னை ஈர்க்கவில்லை. பிடிக்கவில்லை அல்ல, பாதிக்கவில்லை என்பதே சரி.

விசாரணையில் வரும் பாண்டி போலீஸிடம் அடி மேல் அடிவாங்கி, ஒரு கட்டத்தில், 'எவ்வளவு வேணும்னாலும் அடிச்சுக்க' என்ற மரத்துப்போன நிலைக்கு வருவதற்கு முன்பே, எனக்கு மரத்துவிட்டது.

பொதுவெளியில் காவல்துறை கட்டவிழ்த்துவிடும் வன்முறைகள் வீடியோக்களாக இணையத்தில் பார்க்கக் கிடைக்கின்றன. அரசை எதிர்த்துப் போராடுகிறவர்கள் முதலில் எதிர்கொள்வது காவல்துறையின் வன்முறையைத்தான்.

டாஸ்மாக்கை மூடச் சொன்னால் அடிக்கிறது. தலித் மாணவனின் தற்கொலைக்கு நியாயம் கேட்டால் தாக்குகிறது. சாமானியர்களையும் விட்டு வைப்பதில்லை. டெல்லியில் இளைஞன் ஒருவனை கையை தூக்கச் சொல்லி லத்தியால் அவன் புட்டத்தை பிளக்கும் வீடியோவை சில நொடிகளுக்கு மேல் பார்க்க முடியவில்லை.

இந்த அராஜகங்களை ரகசியமாக அல்லாமல் பொது இடத்தில் மீடியாவுக்கு முன்பாகவே காவல்துறை அரங்கேற்றுகிறது. பேஸ்புக்கில் இந்த வீடியோக்களை பகிர்ந்தவர்கள்தான், 'விசாரணையைப் பார்த்து கலங்கிப் போனேன்', 'காவல்துறையில் இப்படியெல்லாமா அராஜகம் நடக்கிறது?', 'விசாரணை காவல்துறையின் இருண்ட பக்கத்தை திறந்து காட்டியிருக்கிறது' என்றெல்லாம் அதிர்ச்சி காட்டுகிறார்கள். இதுபோன்ற 'ஐரணி'களைத்தான் புரிந்து கொள்ள வேண்டியிருக்கிறது.

வெற்றிமாறனோ இல்லை வேறு யாரோ காவல்துறையின் அத்துமீறல்களை அம்பலப்படுத்த வேண்டியதில்லை. அவர்களே மீடியாவின் முன்பு அந்த வேலையை தினம் செய்து கொண்டிருக்கிறார்கள். எனில், இப்படியெல்லாமா நடக்கும்? முதல்முறையாகப் பார்க்கிறேன், இரண்டு நாள்கள் தூங்கவில்லை என்ற வியப்புகள் எங்கிருந்து வருகின்றன?

பொது நீரோட்டத்துக்கு இயைந்து இவர்கள் பசப்புவதாக இந்த ஐரணியை நான் நினைக்கவில்லை. விசாரணையில் இவர்களை அதிர்ச்சிக்குள்ளாக்குவது காவல்துறையின் வன்முறையோ, சாமானியர்களை ஏறி மேயும் அதன் கட்டற்ற அதிகாரமோ அல்ல. அடிவாங்குகிறவர்கள் அப்பாவிகள் என்பதால் வரும் கருணையே அது. அந்தக் கருணையை காவல்துறையின் வன்முறையை கண்டு அதிர்ச்சியாவதுபோல் மனம் பாவனை செய்கிறது.

உதாரணமாக, விசாரணையில் பாண்டியும் நண்பர்களும் கொல்லப்படுவது போன்ற ஒரு போலி என்கவுண்டரில்தான் அஞ்சாதே படத்தின் வில்லன் கதாபாத்திரமும் கொல்லப்படும். அந்தப் படத்தை எடுத்த மிஷ்கின்தான், விசாரணைக்காக வெற்றிமாறனுக்கு முதலில் பாராட்டுவிழா நடத்தினார்.

அஞ்சாதேயை ரசித்துப் பார்த்தவர்கள்தான், விசாரணையின் போலி என்கவுண்டருக்காக பதறுகிறார்கள். இங்கு பிரச்சனை, காவல்துறையின் அராஜகமோ, அத்துமீறலோ அல்ல. அது யார் மீது பிரயோகிக்கப்படுகிறது என்பதுதான். நல்லவன் மீதா இல்லை கெட்டவன் மீதா. நாளையே ஹரியின் துரைசிங்கம் ஒரு கெட்டவனை என்கவுண்டரில் போடும்போது, இன்று பதறுகிற அதே மனங்கள் கைதட்டி அதனை வரவேற்கும். ஆக, காவல்துறை

என்ற சிஸ்டத்தின் அராஜகமோ, அது அம்பலமானதோ அல்ல, அராஜகம் அப்பாவிகள் மீது ஏவப்பட்டதால் எழுந்த கருணையே விசாரணையில் அதிர்ச்சி மதிப்பீட்டை தருகிறது.

வணிக சினிமாக்கள் இந்தக் கருணையின் தடத்தில்தான் காலங்காலமாக பயணிக்கின்றன. பார்வையாளர்களின் உணர்ச்சியை தூண்ட கருணையே ஆயுதமாக்கப்படுகிறது. நல்ல சினிமாக்கள் கருணையின் முகத்துடன், காவல்துறை போன்ற எந்த சிஸ்டத்தையும் அம்பலப்படுத்த முயல்வதில்லை.

உதாரணமாக, கீஸ்லோவ்ஸ்கியின், 'ஏ ஷார்ட் ஃபிலிம் எபௌட் கில்லிங்' படத்தை எடுத்துக் கொள்வோம். அதிகாரத்தின் ஒரு முகமான மரண தண்டனையை விமர்சித்து எடுக்கப்பட்ட படம் அது. அதில் ஒரு கொலை நடக்கிறது.

ஒரு காரோட்டியை இளைஞன் ஒருவன் கொலை செய்கிறான். கழுத்தை நெரித்தும் சாகாத காரோட்டி கல்லால் முகம் சிதைக்கப்பட்டு சாகடிக்கப்படுகிறான். முன்விரோதமோ முன்பரிட்சயமோ எவ்வித காரணமோ இல்லாமல் நடக்கும் இந்தக் கொலை கால்மணி நேரத்திற்கும் மேல் தொடர்ச்சியாக குளோசப்பில் காட்டப்படுகிறது. சினிமா வரலாற்றில் காட்சிப்படுத்தப்பட்ட கொடூரமான கொலைக் காட்சிகளில் இதுவும் ஒன்று.

இளைஞனுக்கு மரண தண்டனை விதிக்கப்படுகிறது. இப்போது, கீஸ்லோவ்ஸ்கி கொடூரமான இந்தக் கொலைகாரனை முன்னிறுத்தி, மரண தண்டனை என்ற நடவடிக்கையை விமர்சிக்க வேண்டும்.

இதுபோன்ற சூழலை வணிக சினிமாக்கள் இருவிதங்களில் எதிர்கொள்ளும். கொலைகாரனுக்கு மரண தண்டனையை நிறைவேற்றி பார்வையாளர்களை திருப்தி செய்யும். ஆனால், அது மரண தண்டனையை விமர்சிப்பதாகாது.

வணிக சினிமாவுக்கு இருக்கும் ஒரே மாற்றுவழி, கொலைகாரனின் இடத்தில் ஒரு அப்பாவியை வைப்பது. அப்பாவி மரண தண்டனைக்குள்ளாகும் போது, அவன் மீதான பார்வையாளர்களின் கருணை, மரண தண்டனைக்கு

எதிராக அப்படம் பேசியதான ஒரு மயக்கத்தை ஏற்படுத்தும். விசாரணையில் நாம் அனுபவப்படுவதும் அந்த மயக்கத்தைத்தான்.

உண்மையில் இந்தப் படங்கள் எதையும் விமர்சிப்பதில்லை. மாறாக, பார்வையாளர்களின் கருணையின் பிரகாசத்தில் அமைப்புகளின் வன்முறைகள் மறைக்கப்படுகின்றன. இந்த வன்முறைகள் இந்த அமைப்பின் ஒரு பகுதி என்று உறுதி செய்வதுடன், மறைமுகமாக நம்மை அதனை ஏற்றுக் கொள்ளவும் வைக்கின்றன. அமைப்பின் முன்னால் அப்பாவியை நிறுத்துவதன் பெரும் அபாயம், அப்பாவிகளின் இடத்தில் ஒரு கெட்டவனை நிறுத்தி அமைப்பின் அனைத்து வன்முறைகளையும் நியாயப்படுத்திவிட முடியும் என்பதுதான்.

அதனால்தான், கீஸ்லோவ்ஸ்கி தனது படத்தில் கருணையின் இடத்தில் ஒரு கொலைகாரனை நிறுத்தினார். சாகடிக்கப்படுவதற்கான சகல தகுதிகளையும் கொண்டவனை முன்னிறுத்தி மரண தண்டனை என்ற நடவடிக்கையை விமர்சித்தார். இதன் மூலம், அப்பாவியின் இடத்தில் கெட்டவனை நிறுத்தி அமைப்பை நியாயப்படுத்தும் பலவீனம் களையப்பட்டது. கொலைகாரனை அடித்துத் துன்புறுத்தாமல், படத்தில் நடக்கும் கொடூரக் கொலைக்கு எந்தவிதத்திலும் மரண தண்டனை என்ற நடவடிக்கை குறைந்ததில்லை என்பதை உணர வைத்தார்.

வெற்றிமாறனின் முந்தையபடம் ஆடுகளத்தில் வெளிப்பட்ட கலாபூர்வமான அணுகுமுறையும், நுட்பமும் விசாரணையில் இல்லை. விசாரணை அப்பட்டமான உண்மைகளை முன்வைக்கிறது, நுட்பங்களின்றி நேரடியாக பார்வையாளர்களுடன் உரையாடுவதே அதன் பலம் என்பதெல்லாம் பசப்புகள்.

திரைப்படத்தில் கலாபூர்வமான அணுகுமுறை என்பது அதன் ஜீவநாடி. விசாரணையின் சித்திரவதைகளை நேரடியாகக் காண நேர்கையில் படத்தின் காட்சிகள் ஒன்றுமில்லாததாகிவிடும். ஆடுகளத்தில் பேட்டைக்காரனின் காவல்நிலைய அனுபவம் அப்படியில்லை. பேட்டைக்காரனை யார் அடித்தார்கள்? எங்கு அடித்தார்கள்? உண்மையில் யாராவது அடித்தார்களா? எதுவும் சொல்லப்படுவதில்லை. காவல் நிலையத்தின் எத்தனை வன்முறைகளை கடந்து வந்தாலும், பேட்டைக்காரனின்

காவல்நிலைய அனுபவத்தை மனம் மீட்டெடுக்கும் போதெல்லாம் ஒரு திகிலை மனம் அனுபவப்படும். அதுதான் கலாபூர்வமான அணுகுமுறையின் வெற்றி. அப்படியொரு முயற்சியை விசாரணையில் இயக்குனர் மேற்கொள்ளவில்லை.

பாண்டியின் நிராதரவான பின்னணி, காதலியின் நிர்கதியான நிலைமை, சாகடிக்க அழைத்துச் செல்கையில் வரும் காதலியின் அழைப்பு என விசாரணை வணிக சினிமாவின் கூறுகளை முன்னிறுத்தியே நகர்கிறது. அதனால்தான், நீதிமன்றத்தில் மொழிபெயர்ப்பாளராக முத்துவேல் அழைக்கப்பட்டதும், முத்துவேலில் ஒரு எம்.ஜி.ஆரைக் கண்ட பரவசத்துடன் திரையரங்கு ஆர்ப்பரிக்கிறது.

பாண்டியும் நண்பர்களும் ஆந்திராவில் நீதிமன்றத்தால் விடுவிக்கப்படுவதுடன் லாக்கப் கதை முடிகிறது. அதனை சினிமாவாக்க படத்தின் பிற்பகுதியில் இயக்குனர் ரொம்பவும் மெனக்கெடுகிறார்.

காவல்நிலையத்தை துப்புரவு செய்ய பாண்டியும் நண்பர்களும் பணிக்கப்படும்போதே திரைக்கதையில் செயற்கையின் இழை சேர்ந்துவிடுகிறது. போலீசின் அராஜக வளையத்தில் மாட்டப் போகிறார்கள் என்பதை பார்வையாளர்களுக்கு உணர்த்தும் விதமாகவே காட்சிகளும் வசனங்களும் வருகின்றன. அந்த நிகழ்வும் நடக்கிறது.

ஆடிட்டர் விசாரிக்கப்படும் முன்பே பாண்டியும் நண்பர்களும் கூட்டிப் பெருக்கி கக்கூஸ் கழுவ ஆரம்பிக்கிறார்கள். அதன் பிறகு ஆடிட்டர் தூங்குகிறார். ஜட்டியோடு அடித்து விசாரிக்கப்படுகிறார். பேரம் நடக்கிறது. வேறொரு அதிகாரி வந்து ஆடிட்டரை அடித்து தொங்கவிடுகிறார். செத்துப்போன ஆடிட்டரின் உடல் அவரது வீட்டிற்கு எடுத்து வந்து தற்கொலைபோல் ஜோடிக்கப்படுகிறது. இவ்வளவும் ஒரே இரவில் நடக்கிறது. இதற்கெல்லாம் பிறகு அதிகாரிகள் கூடி லாப நஷ்டக் கணக்கு பேசுவதை பாண்டியும் நண்பர்களும் கேட்டுவிடுவதால் மாட்டிக் கொள்கிறார்கள். எப்படி? கக்கூஸ் கழுவும்போது. அர்த்த ராத்திரியில் என்ன கக்கூஸ் கழுவுதல்? விடிய விடிய கழுவ அந்த ஸ்டேஷனில் அப்படி எத்தனை கக்கூஸ்கள்தான் உள்ளன?

உண்மையில் இது ஒன்றும் பெரிய தவறில்லை. அதேநேரம், இது போன்ற லாஜிக் மீறல்கள் எப்படி கவனத்திலேயே வராமல் போகின்றன? லாக்கப் உண்மைச் சம்பவம் என்பதால் லாஜிக் மீறல்களும், அதிகாரிகளின் பேரத்திலும், நடவடிக்கைகளிலும் வெளிப்படும் செயற்கைத்தனங்களும் கேள்விக் கேட்கப்படாமலே பார்வையாளர்களால் உள்வாங்கப்படுகின்றன. போதாததற்கு சில புளிப்பு மிட்டாய்களும் விநியோகிக்கப்படுகிறது.

என்கவுண்டரும், தற்கொலை செட்டப்பும் காவல்துறையில் சாதாரணம் என்பதை பார்வையாளர்களுக்கு உணர்த்த இயக்குனர் விரும்பியதன் பேரில், இறுதிக்காட்சியில் ஒரு போலீஸ் கதாபாத்திரம் வருகிறது. பாண்டியையும் நண்பர்களையும் சுட்டுக் கொல்வதை, 'சின்ன விஷயம், ஈஸியா முடிக்க வேண்டியது' என்று அது சொல்லிக் கொண்டேயிருக்கிறது. இன்னும் கொஞ்சம் பேசவிட்டிருந்தால், 'கஷ்டப்படுறதுக்கு காபியா போடுற. ஆளைத்தானே போடுற' என்று அந்த கதாபாத்திரம் சலித்திருக்கும்.

'கோட்டாவுல வந்திட்டு நியாயம் பேசுகிறான்' என்று ஒரு வசனம். கோட்டாவுல சீட் வாங்கி தப்பு தப்பா ஊசி போடுறான் என்று சொல்லும் மனநிலையின் இன்னொரு வடிவம்தான் இதுவும். படத்துக்கு எந்தவிதத்திலும் பொருந்தாமல் விட்டெறியப்படும் இதுபோன்ற முற்போக்கு மிட்டாய்களைத்தான் பலரும் சப்பிக் கொண்டிருக்கிறார்கள். படத்துக்காக அல்ல, சப்புகிறவர்களுக்காகவே மிட்டாய்கள் விநியோகிக்கப்படுகின்றன. சப்புகிற சுகத்தில் பலவீனங்கள் மறக்கப்படும் என்பது மிட்டாய்களை விட்டெறிகிறவர்களுக்கும் தெரியும்.

இறுதிக்காட்சியில், செயற்கையாக சம்பவங்கள் இழுக்கப்பட்டு, முத்துவேல் கதாபாத்திரத்திடம் பச்சாதாபத்தை வரவைத்து பார்வையாளர்களின் கருணை கறக்கப்படுகிறது. அதில் இயக்குனர் அடைந்த வெற்றியைத்தான் திரையரங்குகள் இன்று கொண்டாடிக் கொண்டிருக்கின்றன. பார்வையாளர்களுக்கும் திருப்தி. தாங்கள் காருண்யமிக்கவர்கள் என்பதை உறுதி செய்து கொண்டாயிற்று. பதிலுக்கு, தங்களின் மிகை உணர்ச்சியின் பாரத்தை படைப்பாளியின் தலையில் ஏற்றுகிறார்கள்.

(அம்ருதா : மார்ச், 2016)

சார்பட்டா பரம்பரை

சார்பட்டா பரம்பரை பார்த்த போது இணையாக பல நினைவுகள். முக்கியமாக ராக்கி நான்காம் பாகம் நினைவில் வந்து போனது. பாக்சிங் பின்னணியில் எடுக்கப்பட்ட வணிக சினிமாக்களில் ஹாலிவுட்டின் ராக்கி சீரிஸ் முக்கியமானது. அதன் நான்காவது பாகத்தின் கிளைமாக்ஸில் அமெரிக்க வீரன் ராக்கியும் ரஷ்ய வீரன் ஐவானும் மோதிக் கொள்வதற்கு முன்பு இருவரும் பயிற்சி எடுப்பார்கள். ஐவானுக்கு அதிநவீன உடற்பயிற்சி கருவிகளைக் கொண்டு பயிற்சி தரப்படும். அப்படியே ராக்கி பக்கம் வந்தால், பனியில் குடைசாய்ந்த குதிரை வண்டியை தூக்க உதவி செய்துகொண்டிருப்பார். அத்துடன் மரம் அறுப்பார், மரத்தை தோளில் சுமந்தபடி ஓடுவார், ஸ்லெட்ஜ் வண்டியில் விறகையும், ஆளையும் வைத்து இழுத்துச் செல்வார்.

எந்திரங்கள் உதவியுடன் பயிற்சி செய்கிறவன் இயற்கையிலிருந்து விலகிய ஏலியனாகவும், இயற்கையோடு இயைந்து பயிற்சி செய்கிறவன் அணுக்கமானவனாகவும், தனது வேரை நோக்கிச் செல்கிறவனாகவும் இந்தக் காட்சிகள் பார்வையாளனின் உள்மனதில் பதிய வைக்கும். வேரை நோக்கி செல்வது என்றால் என்னவோ என்று நினைக்க வேண்டாம். கிராமத்தில் பிழைக்க வழியில்லாமல்

நகரத்துக்கு வந்துவிட்டு, 'சொர்க்கம்னா அது கிராமம்தான்' என்று சிலாகிப்போம் இல்லையா, அதுதான். இந்த மனநிலை உள்ள நாம் யார் ஜெயிக்க வேண்டும் என்று நினைப்போம். அமெரிக்கனா இல்லை ரஷ்யனா?

சார்பட்டா பரம்பரை பீடி தாத்தா நமக்குப் பிடித்துப் போனதுக்கு பின்னாலுள்ளதும் இந்த மனநிலைதான். அன்றைய சென்னையின் சிறந்த பாக்ஸிங் பயிற்சியாளர் ரங்கன் வாத்தியார். அவரது பிரதான சிஷ்யனான மீரானை வேம்புலி சாதாரணமாக ஊதித்தள்ளுவான். சின்ன வயது முதல் பாக்ஸிங் பயிற்சி எடுத்து, பாக்ஸிங்கே கதியென்றிருக்கும் தனது மகனைவிட ராமன் திறமையானவன் என அவனுக்கு பயிற்சி தருவார். அவனை பாக்ஸிங்கை வேடிக்கைப் பார்க்கும் கபிலன் அடித்து நுரை தள்ள வைப்பான். வேம்புலியும் அவனை புரட்டி எடுப்பான். ஏரியா பிஸ்தா ரங்கன் வாத்தியாரிடம் பயிற்சி எடுத்தவன் கதியே இதுதான். சரி, இது வேலைக்காகாது என்று வெளியூரிலிருந்து பயிற்சிக்கு ஆள் கொண்டு வருவார்கள். பிறந்ததிலிருந்து பாக்ஸிங்கில் இருப்பவர்களின் நிலையே இதுதான். ஆனால், கபிலனின் அம்மா, 'எங்கடா பீடி தாத்தா' என்று ஒரே வார்த்தையில் மகனுக்கு சரியான கோச்சை கண்டுபிடித்துவிடுவார். ரங்கன் வாத்தியாரைவிட பீடி தாத்தா எந்தவகையில் கெத்து என்று காட்ட வேண்டுமல்லவா. பீடி தாத்தா அதற்கு வாய்ப்பே தராமல், கபிலனை கண்டதும், 'எடுடா துடுப்பை' என்று, ராக்கி 4 இல் வருவது போன்று கடலில் துடுப்பு போட வைத்து, மணலைத் தோண்ட வைத்து, பீச் மணலில் ஓடவிடுவார். நன்றாக கவனியுங்கள், அவர் வேறு எதுவுமே செய்யமாட்டார். ஆனால், அவரை நமக்குப் பிடித்துப் போகும். காரணம் நமது வேரை நோக்கிச் செல்லும் மனநிலை.

இந்தியாவில் எடுக்கப்படும் விளையாட்டை மையப்படுத்திய பெரும்பாலான படங்களில் இந்த மனோபாவம் பெரிய ரோலை எடுத்துக் கொள்கிறது. ஒருவனின் வெற்றிக்குப் பின்னால் அவனது திறமையும், கடும் உழைப்பும் தாண்டி, ஒரு அவமானம் தேவைப்படுகிறது. மொழி, இனம், சாதி, வர்க்கம் என ஏதோவொன்றின் அவமானம். லகானிலிருந்து சார்பட்டா பரம்பரைவரை அதனைப் பார்க்கலாம். தினசரி பயிற்சி எடுக்கிற

வேம்புலி ஜெயிக்க வேண்டும் என்று நினைப்பதே நடைமுறை யதார்த்தம். பாதியில் பயிற்சியைவிட்டு, குடியில் இறங்கிய கபிலன் ஜெயிக்க வேண்டும் என்று நாம் விரும்புகிறோம் என்றால் அதற்கு காரணம், அவன் ஒரு விக்டிம். அவமானப்படுத்தப்பட்டவன். நாயகன் விக்டிமாக்கப்படும்போதே பயிற்சி, திறமையெல்லாம் இரண்டாம்பட்சமாகிவிடும். நமது சமூக கூட்டு நனவிலியும் இதையே விரும்புகிறது. அவமானத்துக்குள்ளானவன் வெற்றி பெற வேண்டும் அல்லது வெற்றி பெற்றவனுக்கு பின்னால் ஒரு அவமானம் இருக்க வேண்டும்.

தற்போது நடந்துவரும் ஒலிம்பிக்கில் பளுதூக்குதலில் மீராபாய் சானு வெள்ளிப் பதக்கம் வென்றுள்ளார். சென்ற ஒலிம்பிக்கில் அவர் தூக்கிய ஆறு லிப்டில் ஐந்து பவுல். அவரை கடுமையாக அவமானப்படுத்தினார்கள். அந்த அவமானம் தந்த உத்வேகத்தால்தான் இந்தமுறை கடினமாக பயிற்சி எடுத்து பதக்கம் வென்றார் என்று எழுதுகிறார்கள். படிக்கையில் நமக்கு சிலிர்க்கிறது. அவமானம் தந்த உத்வேகம்தான் இந்த வெற்றிக்கு காரணம் என்றால், இன்னும் அதிகமாக அவமானப்படுத்தியிருந்தால் தங்கப்பதக்கம் வென்றிருப்பாரா என்று கேட்டால் நம்மிடம் பதிலில்லை. அவருடன் போட்டியிட்டு வென்றவர் அவரைவிட அதிக அவமானத்தை சந்தித்தவரா என்றால் அதற்கும் பதிலில்லை. பிறகு ஏன் இப்படி அவமானங்களை நாம் கொண்டாடுகிறோம்?

இந்தியா ஒலிம்பிக்கில் அதிக பதக்கங்கள் ஏன் வெல்வதில்லை என்று கேட்டால், விளையாடுகிறவனுக்கு சத்தான உணவில்லை, தேவையான காலணி இல்லை, நல்ல பயிற்சியாளர் இல்லை, உற்சாகப்படுத்த ஆளில்லை என்று அடுக்குவோம். அதுவே ஒருவர் வெற்றி பெற்றால், அப்படியே பிளேட்டை திருப்பி, அவன் ஏழ்மையும், அவன்பட்ட அவமானங்களும்தான் கடுமையாக பயிற்சி செய்ய வைத்து பதக்கம் வெல்ல வைத்தது என்போம். வெற்றி பெற முடியாததுக்கு எது தடையோ அதுவே வெற்றி பெற்றபின் வெற்றி பெற்றதற்கான காரணமும். இந்த அந்தர்பல்டி மனநிலையைத்தான் இரஞ்சித் போன்றவர்கள் திருப்திப்படுத்தி விசிலடிக்க வைக்க வேண்டும். விளையாடினான், ஜெயித்தான் என்றால் பார்க்க மாட்டார்கள். அவமானப்படுத்தப்பட்டவன் தனது வெற்றியால் திருப்பி அடித்தான் என்று காட்ட வேண்டும்.

அதாவது, விளையாட்டை மையப்படுத்திய படத்தையும், ஒரு பழிவாங்கும் கதையாகத்தான் எடுத்தாக வேண்டும். ஆனால், பழிவாங்குவதும், விளையாட்டில் வெற்றி பெறுவதும் வேறு. அவமானமும், ஏழ்மையும் தரும் உத்வேகம் விளையாட்டில் வெற்றியைத் தரும் என்றால், ஒலிம்பிக் பதக்கப் பட்டியலில் இந்தியா முதலிடத்தில் இருந்திருக்கும். ஆனால் அப்படியில்லையே. அடிப்படைத் திறமையும், தொடர் பயிற்சியுமே வெற்றியை சாத்தியப்படுத்தும். அதனால்தான், சீனாவும், ஜப்பானும் ஒலிம்பிக்கில் பதக்கங்களை அள்ளுகின்றன.

சார்பட்டா பரம்பரையில் வேம்புலி கபிலனை நிர்வாணமாக்கி அவமானப்படுத்தி விடுவதால், தினமும் பாக்சிங் பயிற்சி எடுக்கும் வேம்புலியை, குடித்து சீரழிந்து போய் இருக்கும் கபிலன் தோற்கடிக்க வேண்டும் என்று நாம் விரும்புகிறோம். வேம்புலி மீதான கபிலனின் வெற்றி ஒன்றே அவனது அவமானத்தைப் போக்கும் விஷயமாக முன் வைக்கப்படுகையில் மற்ற தர்க்கங்கள் அனைத்தும் அடிப்பட்டு போகின்றன. நமது மனம் நடைமுறைக்கு எதிராக உணர்ச்சியின் வழி நடக்க ஆரம்பிக்கிறது. அந்த உணர்ச்சியே பீடி தாத்தா போன்ற கதாபாத்திரங்களை நாம் ரசிப்பதற்கு காரணமாக அமைகிறது.

வெற்றி பெறுவது ஒன்றே ஒருவரது அவமானத்தை போக்குவதற்கான வழி என நிறுவுகையில் இரண்டு விஷயங்களை கவனிக்க தவறிவிடுகிறோம் முதலாவதாக, இந்த உலகம் வெற்றி பெற்றவர்களுக்கானது மட்டுமில்லை, வெற்றி பெற முடியாதவர்களுக்குமானது. அவர்களுக்கும் சுயமரியாதை உண்டு, அவர்களது வாழ்க்கைக்கும் அர்த்தம் உண்டு என்ற அடிப்படை ஜனநாயக மாண்பை நாம் மறுக்கிறோம். இரண்டாவதாக, வேம்புலியை வெற்றி கொண்டு கபிலன் தனது அவமானத்தை துடைக்கும் போது, தோல்வியுற்ற வேம்புலியை அந்த அவமானம் வந்தடைகிறது. அவன் கபிலனை வெற்றி கொள்ளும்வரை அவனது அவமானம் நீங்கப் போவதில்லை. ஆக, இந்தப் போட்டியில் எப்போதும் யாரோ ஒருவர் அவமானத்தை சுமந்து கொண்டிருப்பவராகிறார். இதற்கு ஒரு முடிவே இருக்கப் போவதில்லை.

கபிலன்களின் உண்மையான வெற்றி, வேம்புலிகளை தோற்கடிப்பதில் இல்லை, மாறாக வேம்புலிகள் தங்களது தவறை உணர்ந்து திருந்துவதில் இருக்கிறது. வேம்புலிகள் தங்களது தவறை உணரும் திசையில் இங்கு திரைப்படங்கள் எடுக்கப்படுவதில்லை. அதற்கான அரசியலும், சிந்தனையும், உழைப்பும், மனநிலையும் வேறு. வேம்புலிகளை கபிலன்கள் போட்டியில் வெற்றி கொள்வதாக எடுப்பது எளிது. சார்பட்டா பரம்பரை அந்த எளிய அரசியலை முன்வைக்கிறது.

(முகநூல் : 28-07-2021)

திரைப்படங்களில் தர்க்கம்

திரைப்படங்களில் தர்க்கம் (Logic) குறித்து தமிழில் அவ்வப்போது பேச்சு எழும். ஹாலிவுட் சூப்பர் ஹீரோக்கள் பறப்பதை கேள்வி கேட்காதவர்கள், நம்மூர் நாயகர்கள் பத்தடி தாவினாலே கேலி செய்கிறார்கள் என்ற குற்றச்சாட்டாகவோ, வணிகப் படங்களில் லாஜிக் பார்க்காதவர்கள் யதார்த்தமாக ஒரு படம் எடுத்தால் பூதக்கண்ணாடியுடன் வந்துவிடுகிறார்கள் என்ற ஆதங்கமாகவோ இந்த உரையாடல் அமையும்.

மிஷ்கினின் சைக்கோ படம் தர்க்கரீதியான விமர்சனங்களை எதிர்கொண்ட போது, "ஹெல்மெட்டுடன் சேர்த்து உங்கள் மூளையையும் திரையரங்கு வாசலிலேயே கழற்றி வைத்து வாருங்கள்" என்று மிஷ்கின் கேட்டுக் கொண்டார்.

நீங்கள் தர்க்கத்தில் கவனம் வைக்கையில் ஒரு திரைப்படம் தரும் கலானுபவத்தை தவறவிடுகிறீர்கள் என்ற அர்த்தத்தில் அவரது வேண்டுகோள் இருந்ததாக அவரது ரசிகர்கள் இதனை எடுத்துக் கொண்டார்கள்.

தர்க்கம் குறித்து தமிழ்ச் சூழலில் பேசப்பட்டவைகளை தொகுத்துப் பார்த்தால், தர்க்கம் குறித்து நமக்கு சில பார்வைகள் இருப்பதை உணரலாம்.

1. தர்க்கம் என்பது நிலையானது, படைப்புக்கு வெளியே இருப்பது.
2. ஒரேவித தர்க்கத்தை வைத்தே அனைத்து திரைப்படங்கள் விமர்சிக்கப்படுகின்றன (அல்லது) விமர்சிக்கப்பட வேண்டும்.

இந்தப் புரிதல்களின் அடிப்படையிலேயே தர்க்கம் குறித்த நமது உரையாடல்கள் அமைகின்றன. ஆனால் இது சரியா?

ஒரு குழந்தையிடம், "ஒரு ஊர்ல ஒரு பாட்டி..." என்று பாட்டி வடை சுட்ட கதையை கூறினால் எந்த குழந்தையும் கேள்வி கேட்காமல் அதனை ரசிக்கும். அதே குழந்தையிடம், "நம்ம பக்கத்து வீட்டு பாக்கியம் பாட்டி வடை சுட்டப்ப, காக்கா ஒண்ணு ஒரு வடையை எடுத்திட்டுப் போச்சி, நம்ம டாமி அதுகிட்ட போய் காக்கா காக்கா ஒரு பாட்டு பாடுன்னு கேட்டிச்சி..." என்று சொன்னால், அந்தக் குழந்தை நம்பாது. "நம்ம டாமி எப்படி பேசும்" என்று கேள்வி கேட்கும்.

முதல்கதை எங்கோ ஒரு ஊரில் ஏதோ ஒரு பாட்டிக்கு நடக்கிறது. ஆனால், இரண்டாவது கதையில் வருவது குழந்தையின் பக்கத்து வீட்டு பாட்டி. பாடச் சொல்லி கேட்பது அவர்கள் வீட்டு நாய் டாமி. எங்கோ நடக்கும் கதையில் தர்க்கம் பார்க்காத குழந்தை, அதே கதை தனது நடைமுறை வாழ்க்கையை பிரதிபலிக்கையில் நடைமுறை தர்க்கப்படி கேள்வி கேட்கிறது. இங்கே தர்க்கத்தை உருவாக்குவது கதையை நாம் சொல்லும் முறைதானே தவிர, குழந்தையல்ல.

இந்த குழந்தைதான் பார்வையாளர்கள். வாசலில் கழற்றி வைப்பதற்கு அவர்கள் தர்க்கத்தை தங்களின் மூளையில் சுமந்து வருவதில்லை. ஒரு படைப்பில் கதைசொல்லப்படும் முறையே தர்க்கத்தை உருவாக்குகிறது. ஆகையால் தர்க்கத்தை கதையாடல் தர்க்கம் (Narrative logic) என்ற புரிதலுடன் அணுகுவதே சரியானது. மேலும், தர்க்கம் நிலையானதோ, படைப்புக்கு வெளியே இருப்பதோ அல்ல மாறாக படைப்புதான் தர்க்கத்தையே உருவாக்குகிறது.

சைக்கோ திரைப்படத்தின் நாயகன், கொலையுண்ட பெண்ணின் காலை முகர்ந்து, பன்றி வாசனை வருவதை

வைத்து, வில்லன் பன்றிப் பண்ணை வைத்திருக்கலாம் என்ற முடிவுக்கு வருகிறான். இந்தக் காட்சியின் வழியாக இயக்குநர் உணர்த்துவது, கொலையுண்ட பெண் வில்லனின் பன்றிப் பண்ணைக்குப் போயிருக்கிறாள். அதன் வாசம் அவள் கால்களில் படிந்திருக்கிறது என்பது. ஆனால், கொலையுண்ட பெண் காரில் ஏறியதும், அவளை மயக்கப்படுத்தி தனது கைகளில் சுமந்து சென்று கொலைப்படுக்கையில் கிடத்தி வில்லன் அவள் தலையை வெட்டுகிறான். தலையில்லா முண்டம் நடப்பதற்கு வழியில்லை. ஆகவே அவளது உடலை அவன் சுமந்து சென்றே அப்புறப்படுத்தியிருக்க வேண்டும். அதாவது அந்தப் பெண்ணின் கால்கள் பன்றிப் பண்ணைக்குள் பதிவதே இல்லை. எனில், எப்படி அவளது கால்களில் மட்டும் பன்றி வாசனை வரும்? கவனியுங்கள், இந்த கேள்வி வெளியிலிருந்து வந்ததில்லை. காலை முகர்ந்து வில்லனின் இருப்பிடத்தை நாயகன் கண்டுபிடிப்பதாக இயக்குநர் வைத்த காட்சியிலிருந்து வருவது.

சைக்கோவில் அதிகம் விமர்சிக்கப்பட்டது, கண் தெரியாத நாயகன் கார் ஓட்டிச் செல்லும் காட்சி. மின்சார விளக்கு இருந்தால் கண் தெரியாத நாயகனை வில்லன் எளிதாக வீழ்த்திவிடுவான் என்று, மின்சாரத்தை நிறுத்த காரை ஓட்டிவரும் பெண் சென்றுவிடுவதால் நாயகன் கார் ஓட்ட நேரிடும். கண் தெரியாததை ஒரு பலவீனமாக இயக்குநர் காட்டும் போதுதான், அப்படி பலவீனமான நாயகனால் கார் மட்டும் எப்படி ஓட்ட முடியும் என்ற கேள்வி எழுகிறது. சொகுசு கார்கள் வைத்திருக்கும் வில்லனின் பண்ணையில் ஒரு ஜெனரேட்டர் கூடவா இருக்காது, ஒரு எமர்ஜென்ஸி லைட்கூடவா வைத்திருக்க மாட்டான் என துணைக்கேள்விகள் எழுகின்றன. நாயகனுக்கு கண் தெரியாது, ஆகவே மின்சாரத்தை நிறுத்தவேண்டும் என்று நுட்பமாக இயக்குநர் தர்க்கத்தைப்பின்னும் போது அதே நுட்பத்துடன் இயக்குநர் தவறவிட்ட இடங்களிலிருந்து கேள்விகள் எழுகின்றன. தர்க்கம் படைப்புக்கு வெளியே இருப்பதல்ல, படைப்பிலிருப்பது, படைப்பிலிருந்து பிறப்பது. ஆகவே, தர்க்கம் குறித்த கேள்விகளுக்கு விளக்கமளிக்கும் கடமை படைப்பாளிக்கு உண்டு.

இயக்குநர் சொல்லும் எந்தக் கதையை கேட்கவும் பார்வையாளன் தயாராக இருக்கிறான். கதையை தேர்வு

செய்யும் இயக்குநரின் சுதந்திரத்தில் அவன் தலையிடுவதில்லை. உதாரணமாக, வில்லனால் கொல்லப்படும் நாயகனின் உயிர் செத்துப் போன ஒரு ஈக்குள் புகுந்து கொள்கிறது. ஈ உருவில் இருக்கும் நாயகன் வில்லனை பழி வாங்குகிறான். இது நான் ஈ படத்தின் கதை. இறந்த மனிதனின் உயிரும், நினைவும், அவன் அறிவும் ஒரு ஈக்குள் கூடுவிட்டு கூடு பாய்வது நடைமுறை சாத்தியமா? இதில் என்ன லாஜிக் இருக்கிறது? ஆனால், ஐந்து மொழிகளில் நான் ஈ வெற்றி பெற்றது. பார்வையாளர்கள் யாரும் லாஜிக் குறித்து கேள்வி கேட்கவில்லை. எந்தக் கதையை சொல்லவும் படைப்பாளிக்கு உரிமையுள்ளது. அதை சொல்லும் முறையில் அவன் உருவாக்கும் தர்க்கம் ஏற்புடையதாக இருந்தால் மட்டும் போதுமானது. மனிதஉயிர் ஈக்குள் புகுந்து கொள்வதை ஏற்றுக் கொண்டார்களே என்று அந்த ஈ குண்டாந்தடியை எடுத்து வில்லனை தாக்குவதாகவோ இல்லை துப்பாக்கி எடுத்து வில்லனை சுடுவதாகவோ காட்டியிருந்தால் அப்போது பார்வையாளர்கள் எரிச்சல்பட்டிருப்பார்கள். அந்தத் தவறை இயக்குநர் செய்யவில்லை. ஈயால் என்ன முடியுமோ அதை மட்டுமே காட்டியிருப்பார். அதாவது நரேடிவ் லாஜிக்கில் அவர் பிசகவில்லை.

தர்க்கம் படைப்பிலிருந்து எழுவதால், ஒரு படைப்பில் சுட்டப்படும் தர்க்கம் அனைத்துப் படைப்புகளுக்கும் பொருந்துவதில்லை. அதாவது ஒரு திரைப்படத்தில் ஏற்றுக் கொள்ளப்படும் தர்க்கம், இன்னொரு படைப்புக்கு பொருந்தவேண்டுமென்பதில்லை. இதைப் புரிந்துகொண்டால், சூப்பர் ஹீரோக்கள் பறந்தால் ரசிப்பவர்கள் நம்மூர் நாயகர்கள் பறப்பதை ஏன் அனுமதிப்பதில்லை என்பதான குற்றச்சாட்டுகள் எழாது.

சூப்பர் ஹீரோ திரைப்படங்கள் நடைமுறை யதார்த்தத்திற்கு வெகு தொலைவில் இருப்பவை. ஏதோ ஒரு ஊரில் ஏதோ ஒரு பாட்டி வடை சுடுவதைப் போல. அவர்களின் உலகில் அவர்கள் பறக்கலாம், சாகஸங்கள் புரியலாம். அதிலும் நுட்பமான வேறுபாடு உண்டு. சூப்பர்மேன், தோர் போன்ற வேற்றுலகவாசிகள் பறப்பதற்கு எந்த பின்புல கதையும் தேவையில்லை. ஸ்பைடர்மேனும், ஹல்க்கும் பூமியைச்

சேர்ந்தவர்கள். அவர்கள் சாதாரணமாக பறந்துவிட முடியாது. சிலந்தி கடிக்க வேண்டும் அல்லது ஆராய்ச்சியின் பின்விளைவால் மரபணுவில் மாற்றம் வரவேண்டும். இந்த சூப்பர் ஹீரோக்களும் ஒரேநாளில் முளைத்தவர்களல்ல. கதைகளாக காமிக்ஸ்களாக படிக்கப்பட்டு, மக்கள் மனதில் நிலைபெற்று அதன் பிறகு திரைக்கு வந்தவர்கள். சூப்பர் ஹீரோக்கள் குறித்த தர்க்கம் ஏற்கனவே நிலைநிறுத்தப்பட்ட நிலையில், புதிய சூப்பர் ஹீரோக்களை எவ்வித பின்புலமும் இன்றி இனி ஒருவர் படைத்துவிட முடியும். காலங்காலமாக படித்தும் கேட்டும் வரும் புராண கதாபாத்திரங்களைப் போலத்தான் இந்த சூப்பர் ஹீரோக்களும். ராமாயண திரைப்படத்தில் அனுமான் வேஷமிட்டவர் மலையை சுமந்தபடி பறந்தால் யாரும் கேள்வி கேட்க மாட்டார்கள் அல்லவா? அது அந்த கதாபாத்திரத்துக்கு மட்டுமே அமைந்த சலுகை. அனுமார் வேடத்தில் பறந்தார் என்று, சாதாரண ஒரு கதையில் அந்த நடிகர் பறந்தால் ஒத்துக் கொள்வோமா?

சூப்பர் ஹீரோக்களுக்கு அடுத்த இடத்தில் நமது மாஸ் ஹீரோக்கள் வருகிறார்கள். சூப்பர் ஹீரோக்களைப் போலவே இவர்கள் ஒரே நாளில் உருவானவர்கள் அல்ல.பல வருடங்கள் திரைப்படங்களில் நடித்து, திரைப்படங்களில் உருவாக்கிக்கொண்ட பிம்பத்தை சமூகத்தில் நிலைநிறுத்தி, மாஸ் ஹீரோ என்ற இடத்தை வந்தடைந்தவர்கள். இவர்கள் ஐம்பது பேரை அடிக்கலாம், பிரதமருக்கு சவால்விடலாம், கட்சி தொடங்கி தேர்தலில் நின்று நாலே வாரத்தில் முதலமைச்சராகலாம். இதே வேடத்தை இரண்டாம் மூன்றாம்கட்ட நடிகர்களால் செய்ய முடியாது. “அவர் தாங்க மாட்டார் சார்..” என்பார்கள் சினிமாவில். மந்திரி வரை இவர்கள் போகலாம். அறிமுக நடிகர்கள் என்றால் வட்ட செயலாளர், எம்எல்ஏ வரை அனுமதிக்கப்படுவார்கள். இங்கே தர்க்கம் என்பது படைப்பைத்தாண்டி சமூகத்தில் நடிகர்கள் உருவாக்கி வைத்திருக்கும் பிம்பத்திலிருந்து உருவாகிறது.

இந்த இடத்தில் ஒரு விஷயத்தை குறிப்பிட வேண்டும். பார்வையாளர்கள் கேள்வி கேட்காத வகையில் நரேடிவ் லாஜிக் கச்சிதமாக அமைந்த திரைப்படங்கள் சிறந்தவையா என்றால், நரேடிவ் லாஜிக்கை வைத்து மட்டுமே ஒரு படத்தை மதிப்பிட முடியாது. இயக்குநர்கள் நரேடிவ் லாஜிக்கை பெரும்பாலும்

பார்வையாளர்களின் பலவீனத்திலிருந்தே உருவாக்குகிறார்கள். அறம், மதம், சாதி, மொழி, இனம் போன்ற இந்தியர்கள் எளிதாக உணர்ச்சிவசப்படும் விஷயங்களிலிருந்தே நரேடிவ் லாஜிக் பெரும்பாலும் உருவாக்கப்படுகிறது. நடைமுறையில் நீங்கள் ஒரு அமைச்சரை பொதுவெளியில் உடல்ரீதியாக தாக்குவது சாத்தியமில்லை. அதையே ஒரு படத்தில் நாயகன் அமைச்சரை ரோட்டில் துரத்தி துரத்தி அடிப்பது போல் காட்டலாம். அந்த அமைச்சர் ஒரு சிறுமியை பாலியல் வல்லுறவு கொண்டார் என்றோ, குடிசைகளை கொளுத்தினார் என்றோ காண்பித்தால் போதுமானது. பார்வையாளர்கள் நடைமுறை யதார்த்தத்தை மறந்து கைத்தட்டி வரவேற்பார்கள். வில்லனும் அவன் செய்யும் கொடுமைகளும் எவ்வளவுக்கெவ்வளவு உக்கிரமாக காட்சிப்படுத்தப்படுகிறதோ அவ்வளவுக்கவ்வளவு பார்வையாளர்களை போலியான மிகையுணர்ச்சிக்கு உட்படுத்தலாம். ஆகவேதான், நமது மாஸ் ஹீரோக்களும், இயக்குநர்களும் ஊழல், விவசாயம், கல்வி என மக்களின் ஆதாரப் பிரச்சனைகளை மீண்டும் மீண்டும் கையிலெடுக்கிறோர்கள்.

இந்தத் திரைப்படங்களால் பிரச்சனைகள் எள் முனையளவு அடுத்தக்கட்டத்தை நோக்கி நகர்வதில்லை. அதேநேரம் நடிகனின் நாயக பிம்பம் படத்துக்குப்படம் ஊதி பெரிதாக்கப்படும். இப்படி போலியாக ஊதிப் பெருதாக்கப்பட்ட பிம்பங்களே அரசியலிலும், சமூகத்திலும் மாற்று சக்திகளாக முன்வைக்கப்படுகின்றன. சிவாஜி கணேசன் எந்தக் கதாபாத்திரத்தை ஏற்றாலும் அந்த கதாபாத்திரமாகவே வாழ்ந்தார். கள்வன் என்றால் கள்வன், மாற்றுத்திறனாளி என்றால் மாற்றுத்திறனாளி. ஆனால், எம்ஜி ராமச்சந்திரன் எந்த வேடத்தை ஏற்றாலும், அதில் எம்ஜிஆர் என்ற மனிதனே தெரிந்தார். சிவாஜி கணேசனை திரைப்படங்கள் நடிகனாக காட்டின, எம்ஜி ராமச்சந்திரனை ஆபத்பாந்தவனாக சித்தரித்தன. அரசியலில் ஒருவர் தோற்றதற்கும், இன்னொருவர் வென்றதற்கும் அடிப்படைக் காரணம் இதுவே. இன்றும் தனிநபராக ஊரைக் காப்பாற்றும் போலி மிகையுணர்ச்சி படங்களின் நாயகர்களே அரசியல் போட்டியில் முன்னிலையில் உள்ளனர் என்பதை கவனிக்கவும். இது நமது ரசனைக்குறைவினாலும், மிகையுணர்ச்சிக்கு ஆட்பட்ட பலவீனத்தாலும் விளைந்த சீக்கு.

தமிழ் மொழியில் எடுக்கப்படும் பெருவாரியான படங்கள் பார்வையாளர்களின் பலவீனத்தின் அடிப்படையிலேயே நரேடிவ் லாஜிக்கை உருவாக்குகின்றன. அதன் காரணமாகவே தமிழின் நல்ல படங்கள் பட்டியலை தயாரிக்கையில், பல நூறு கோடிகள் வசூலித்த படங்களை தள்ளி வைத்து உதிரிப்பூக்கள், அழியாத கோலங்கள், அவள் அப்படித்தான், 16 வயதினிலே என்று பின்னோக்கிப் போகிறோம்.

ஒப்பீட்டளவில் சூப்பர் ஹீரோக்கள் படத்தைவிட மாஸ் ஹீரோக்களின் படங்களில் லாஜிக் அதிகம். இதற்கு அடுத்த, கடைசி நிலையில் வருபவை யதார்த்தவகைப் படங்கள். நடைமுறை யதார்த்தத்துக்கு நெருக்கமாக எடுக்கப்படும் படங்களில் நடைமுறை யதார்த்தத்தையொத்த கறாரான தர்க்கம் எதிர்பார்க்கப்படும். கேளிக்கைக்கு முன்னுரிமை தந்து எடுக்கப்படும் படைப்புகளைவிட, வாழ்க்கையை பிரதிலிக்கும் படங்களே கடுமையான தர்க்க சோதனைக்கு உட்படும். இது முரண் அல்ல இதுவே இயல்பு. இவை ஏற்படுத்தும் விளைவுகள் சுவாரஸியமானவை. ஒரு படைப்பாளி கவனிக்க வேண்டியவை.

தமிழ் சினிமாவில் கடந்த பதினைந்து வருடங்களில் மூன்று இயக்குநர்களுக்கு மட்டுமே திரைப்பட விழா மேடைகளில் நிரந்தரமாக இருக்கைகள் ஒதுக்கப்பட்டன. பாலுமகேந்திரா, பாரதிராஜா, மகேந்திரன். இவர்களைவிட அதிக வணிக வெற்றிகளை குவித்த இயக்குநர்கள் பார்வையாளர்கள் வரிசையில் இருக்கையில் இந்த மூவர் மட்டும் மேடையின் நடுநாயகமாக அமர்த்தப்பட்டார்கள்.

நம் காலத்தில் நடைமுறை யதார்த்தத்திற்கு ஓரளவு நெருக்கமான படைப்புகளை தந்த மூத்த படைப்பாளிகள் இவர்கள். இன்றும் இவர்களே நம் காலத்து நாயகர்கள். படைப்புகள் யதார்த்தத்தை நோக்கி, (சரியாகச் சொன்னால், யதார்த்தத்தில் இருக்கும் உண்மையை நோக்கி) நகரும்போது கறாரான தர்க்கத்தை எதிர்கொள்ளும். அந்த சவாலை எதிர்கொண்டு படைப்புகளை தருகிறவர்களே இங்கு கலைஞர்களாக கொண்டாடப்படுகிறார்கள்.

தர்க்கத்தை ஒருவர் எந்தத் தளத்தில் எத்தனை நேர்மையுடன் எதிர்கொள்கிறார் என்பதை வைத்தே, அவரது பெயர்

காற்றில் கரைவதும், காலங்கடந்து கலைஞனாக நிலைப்பதும் தீர்மானிக்கப்படும் என்பதை இந்த மூன்று கலைஞர்கள் நமக்கு உணர்த்துகிறார்கள்.

வணிக சினிமாவில் புழங்கும் தர்க்கம் குறித்த பருந்துப் பார்வையிது. இதனை ஆரம்பமாகக் கொண்டு இன்னும் ஆழமாக தர்க்கம் குறித்து ஆராய முடியும்.

(முகநூல் : 03-08-2021)

சமகால மலையாள சினிமா

சமகால அரசியல், பண்பாட்டு அதிர்வுகளை மலையாள சினிமா தொடர்ந்து பதிவு செய்து வந்திருக்கிறது. இந்திய அளவில் மலையாள சினிமா கூர்ந்து கவனிக்கப்படுவதற்கு இந்தப் பதிவுகள் முக்கிய காரணமாகும். மதரீதியான பதற்றம் இந்தியாவில் அதிகரித்திருக்கும் சூழலில், அதனை பல திரைப்படங்கள் அழுத்தமாக பதிவு செய்துள்ளன.

மகேஷ் நாராயணன் இயக்கியிருக்கும் மாலிக் திரைப்படம் உண்மைச் சம்பவங்களின் பின்னணியில் எடுக்கப்பட்டிருந்தது. திருவனந்தபுரத்துக்கு அருகில் இருக்கும் பீமா பள்ளியில் 2009 மே 17 ஆம் தேதி போலீசார் நடத்திய துப்பாக்கிச்சூட்டில் 6 முஸ்லீம்கள் கொல்லப்பட்டனர். அவர்கள் உரூஸ் பண்டிகையை கொண்டாடியபோது இந்த அசம்பாவிதம் நடந்தது. விசாரணையின் போது, பீமா பள்ளி முஸ்லீம்களுக்கும், அதன் பக்கத்து மீனவ கிராமமான செறியாத்துறை கிறிஸ்தவர்களுக்கும் ஏற்பட்ட மோதலை கலைக்க போலீஸ் துப்பாக்கிச்சூடு நடத்தியதாக கூறப்பட்டது. அது பொய். அன்றைய முதலமைச்சர் அச்சுதானந்தனே அதனை ஒப்புக் கொண்டார்.

ஒரு மதமோ சாதியோ, அரசியல் கட்சியோ ஆதிக்கம் செலுத்தும் பகுதிகளில் காவல்துறையால் அத்தனை

எளிதில் தங்களின் அதிகாரத்தை செலுத்த முடிவதில்லை. அங்கு தங்களின் அதிகாரத்தை நிலைநிறுத்துவதற்கான சந்தர்ப்பத்திற்கு காவல்துறை காத்திருக்கும். பல நேரங்களில் சந்தர்ப்பங்களை சட்டத்துக்குப் புறம்பாகக் காவல்துறையே உருவாக்கும். பீமா பள்ளியில் நடந்ததும் அதுவே. இந்த சம்பவத்தை சுலைமான் என்ற கதாபாத்திரத்தின் வழியாக மாலிக் சொன்னது. பீமா பள்ளி ரமதா பள்ளியாகவும், செறியாத்துறை எடவத்துறையாகவும் படத்தில் இடம்பெற்றன.

நாயகன் உள்பட பல படங்களை நினைவுப்படுத்தும் கதையும், யூகிக்கக் கூடிய பிளாஷ்பேக் காட்சிகளும், சூழலை தவறாக புரிந்து கொள்ளும் நண்பர்கள், சுயலாபத்துக்காக இரு தரப்புகளை மோதவிடும் அரசியல்வாதி என்ற பழகிய கதாபாத்திரங்களும் மாலிக்கின் வீச்சை மட்டுப்படுத்தின. எனினும், மத மோதலின் போர்வையில் போலீசார் நடத்திய துப்பாக்கிச்சூடும், சிறையில் இருக்கும் கைதியை கொலை செய்ய போலீசார் முடிவு செய்வதும், அதற்கு அவர்களே ஒரு ஆளை ஏற்பாடு செய்வதும், அதிகாரத்தின் வன்முறை எத்தனை இயல்பாக சமூகத்திலும், அரச நடைமுறைகளிலும் புரையோடிப் போயுள்ளது என்பதை அதிர்ச்சியுடன் விவரித்தவகையில் மாலிக் முக்கியம் பெறுகிறது.

மதரீதியாக காவல்துறை உருவாக்கிய அரச வன்முறையை மாலிக் பேசியது என்றால், மதவெறி அரசியலை குருதி திரைப்படம் நேரடியாக முன்வைத்தது. ஒரு போலீஸ் அதிகாரி, முஸ்லீம் பெரியவரை கொலை செய்த குற்றவாளியுடன் நள்ளிரவில் ஒரு வீட்டிற்குள் தஞ்சம் புகுகிறார். அந்த கொலை ஏற்கனவே சமூகத்தில் கொந்தளிப்பை ஏற்படுத்தியிருக்கிறது. போலீஸ் அதிகாரியும், அந்த கொலை குற்றவாளியும் இந்துக்கள். அவர்கள் தஞ்சமடைந்திருக்கும் வீடு முஸ்லீமுடையது. எந்த நேரமும் தங்களின் உயிருக்கு அந்த குடும்பத்தால் தீங்கு நேரலாம் என்று அஞ்சுகிறார் போலீஸ் அதிகாரி. மாறாக வீட்டின் தலைவரும், மூத்த மகன் இப்ராஹிமும் அவரை காப்பாற்ற முனைகிறார்கள். இளைய மகன் மத அடிப்படைவாதிகளால் மதவெறி ஏற்றப்பட்டவன். இந்நிலையில், அந்தக் கொலை குற்றவாளியைத் தேடி, இஸ்லாமிய அடிப்படைவாதிகள் அந்த வீட்டிற்கு வருகிறார்கள். இவர்களுடன் பக்கத்து வீட்டு இந்துப் பெண் சுமாவும் சிக்கிக் கொள்கிறாள்.

இந்த இக்கட்டான சூழலில் மதத்தின் அடிப்படையில் மனித மனம் கொள்ளும் நிறமாற்றத்தை குருதி சொன்னது.

மனு வாரியர் இயக்கிய இந்தப் படத்தின் மீது பல விமர்சனங்கள் வைக்கப்பட்டன. 'நான் உன்னை காதலித்தேன். ஆனா, உனக்கு உன் மதம்தான் பெரிதாக இருந்தது' என சுமா இப்ராஹிமை குற்றப்படுத்துகிற இடத்தில், இந்துப் பெண்களை காதலிக்கும் முஸ்லீம் இளைஞர்கள் லவ்ஜிகாத் என்ற பெயரில் தாக்கப்படுவதும், முஸ்லீம் பெரியவரை கொலை செய்தவன், இடஒதுக்கீடு குறித்து எதிர்மறையாகப் பேசுகையில், அதுகுறித்த சரியான விளக்கமும் தரப்பட்டிக்க வேண்டும் என கருத்துக்கள் முன் வைக்கப்பட்டன. அதுபோல், இஸ்லாமியர்கள் தங்களின் தேசபக்தியை உறுதி செய்ய பல்வேறு தியாகங்கள் செய்ய வேண்டிய நிர்ப்பந்தம் இருக்கிறது. மறுபுறம், இந்து என்ற அடையாளம் ஒன்றே ஒருவனின் தேசபக்தியை நிரூபிக்க போதுமானதாக இருக்கிறது. குருதியிலும், முஸ்லீம் பெரியவரை கொலை செய்த இந்து இளைஞனை காப்பாற்றித்தான் ஒரு முஸ்லீம் குடும்பம் தங்களின் மத நல்லிணக்கத்தை காட்ட வேண்டுமா என்ற விமர்சனம் முன்வைக்கப்பட்டது. இந்த விமர்சனங்களில் உண்மை இருந்தாலும், குருதியின் மையம் இதுவல்ல.

குருதியில் வரும் அனைவரும் விக்டிம்கள்தான். படத்தின் நோக்கமும் முதல் கல்லை யார் எறிந்தார்கள் என்பதை கண்டுபிடிப்பதோ, யார் குற்றவாளி என்று நிர்ணயிப்பதோ அல்ல. அப்படி கண்டுபிடிப்பதும், நிர்ணயிப்பதும் சுலபம். ஆனால், சுமா போன்றவர்களை உணரச் செய்வது கடினம். அது நீண்டகால தொடர் நடவடிக்கை. அங்கு ஒவ்வொருவருக்கும் ஒரு நியாயம் இருக்கும். உதாரணமாக, முஸ்லீம் பெரியவரை கொலை செய்தவனை காப்பாற்றித்தான் ஒரு முஸ்லீம் குடும்பம் தங்கள் நேர்மையை உறுதிப்படுத்த வேண்டுமா என்று கேட்பவர்கள், அதை இந்து குடும்பமாக்கி, இந்துவை கொலை செய்த முஸ்லீமை அந்தக் குடும்பம் காப்பாற்றுவதாக காட்டியிருந்தால், இந்துவை கொன்ற ஒரு முஸ்லீமை இந்துக் குடும்பமே காப்பாற்றுகிறதா, இதென்ன போங்காட்டம் என்று கேட்டிருப்பார்கள். ஆக, எந்தப் பக்கம் போனாலும் அடிக்க முடிகிற மத்தளம் இந்தப் பிரச்சனை. குருதி முக்கியத்துவம் பெறும் இடம் வேறு.

பக்கத்து வீட்டு சுமாவுக்கு இப்ராஹிமை சின்ன வயதிலிருந்தே தெரியும். அவனை திருமணம் செய்ய வேண்டும் என்பது அவளது கனவு. அதற்காக மதம் மாறக்கூட அவள் தயாராக இருக்கிறாள். அப்படிப்பட்டவள், முன்பின் தெரியாத, ஒரு கொலைக் குற்றவாளியின் பொருட்டு, இப்ராஹிமை சுடத் தயாராகிறாள். காரணம் மதம். இந்து என்ற அடையாளம். மத வெறுப்பு எத்தனை தூரம் சாமானியர்களையும் விஷமேற்றி வைத்துள்ளது என்பதே மதவெறி அரசியலின் ஆகப்பெரும் தீமை. அதனை துல்லியமாகச் சொன்ன இந்திய திரைப்படங்களில் குருதி முக்கியமானது.

குருதியின் பிரதான காட்சிகள் ஒரே இரவில் நடப்பவை. படத்தை பார்த்து முடிக்கையில், மதவெறி அரசியல் எப்படி சாமானியர்களை விஷமேற்றி அந்நியமாக்குகிறது என்பதை இன்னும் விரிந்த தளத்தில் சொல்லியிருந்தால் நன்றாக இருந்திருக்குமே என்று தோன்றியது. அந்த எண்ணத்தை ரண்டு திரைப்படம் பெருமளவு நிறைவேற்றியது. இதில் நாயகனாக வரும் வாவா ஒரு சாமானியன். வேலைக்கு முயற்சி செய்து கொண்டே, தற்காலிகமாக ஆட்டோ ஓட்டுகிறவன்;. அப்பா, அம்மா, சகோதரி உண்டு. வடக்கே நிகழும் மாட்டுக்கறிக்கான கொலைகள் உள்ளிட்ட மதவெறி நடவடிக்கைகள் உள்ளூரிலும் பதற்றத்தை ஏற்படுத்துகிறது. இரு தரப்பிலும் வாவா போன்று மதம் கடந்த நல்லவர்களும் இருக்கிறார்கள். இந்த நேரத்தில் ஊர் சந்திப்பில் இருக்கும் முஸ்லீம் கொடி பாதியாக கிழிக்கப்பட்டிருக்கிறது. எதிர்தரப்புதான் இதனை செய்திருக்க வேண்டும் என முஸ்லீம்கள் கோபம் கொள்கிறார்கள். பெரிய மோதல் தவிர்க்கப்பட்டு இருதரப்பிலும் இரவு காவல் போடப்படுகிறது. இப்படியொரு சூழலில், வாவாவுக்கும், அவன் ஆட்டோவில் பயணிக்கும் மெர்சிக்கும் இடையில் காமம் பற்றிக் கொள்கிறது. மெர்சி திருமணமானவள். கணவன் கனடாவில் இருக்க, இவள் தனது வயதான தாயுடன் தனியாக வசித்து வருகிறாள். மெர்சி வாவாவிடம் அதிகாலை வீட்டுக்கு வரும்படி அழைக்கிறாள். வாவாவும் காலை ஓட்டம்; செல்வதாக பொய் சொல்லிவிட்டு கிளம்புகிறான். மெர்சி வீட்டு கேட்டை திறந்து உள்ளே செல்லும் நேரம் வாவாவின் வயிற்றை கலக்குகிறது. மெர்சியின் வீட்டிற்கு எதிரே இருக்கும் மசூதி தவிர அங்கு வேறு போக்கிடம் இல்லை. வாவா மசூதியில் உள்ள

கழிவறைக்கு செல்கிறான். துரதிர்ஷ்டவசமாக மசூதி காவலாளி கழிவறைக்குள் யாரோ இருப்பதை அறிந்து ஊரைக் கூட்டுகிறான். வாவா மாட்டிக் கொள்கிறான். வாவாவின் உலகம் அதோடு மாறிப் போகிறது.

வாவா இந்து என்பதால் மசூதிக்கு குண்டு வைக்க வந்திருக்கலாம் என்று அவன் மீது வழக்குப் பதியப்படுகிறது. அவன் பிறந்ததிலிருந்து ஒன்றாக வளர்ந்துவரும் முஸ்லீம் சமூகம் அவனை ஒதுக்குகிறது. இந்து அடிப்படைவாதிகள் அவனை சுவீகரித்துக் கொள்கிறார்கள். வாவாவை ஓர் இந்து போராளியாக்குவதற்கான வேலைகள் நடக்கின்றன. அவன் எவ்வளவு உரக்கப் பேசியும் பலனில்லாமல் போகிறது. நான் ஒரு சாமானியன், என்னை விட்டுவிடுங்கள் என்று கையறு நிலையில் வாவா பேசுவதை, இந்துமத அடிப்படைவாதி திரித்து, முஸ்லீம்களுக்கு எதிரான அறைகூவலாக மாற்றுவது திகைக்க வைக்கிற காட்சி.

மதரீதியாக ஒரு கலவரம் நிகழும்போது, நீங்கள் நடுநிலையாளராக இருந்தாலும், எந்த மதத்தை சேர்ந்தவர்களோ, அந்த மதத்தின் தரப்பாகவே பார்க்கப்படுவீர்கள். நீங்கள் என்னத்தான் நடுநிலை கூச்சல் இட்டாலும் உங்களை சமூகம் நீங்கள் சார்ந்த மதமாகவே பார்க்கும். வேறு வழியின்றி உங்கள் மதத்தின் நிழலில்தான் நீங்கள் ஒதுங்க வேண்டியிருக்கும். இதன் காரணமாகவே மதக்கலவரங்கள் நிகழும் பகுதிகளில் எந்த மதம் பெரும்பான்மையாக உள்ளதோ அந்த மதம் சார்ந்த கட்சியே வெற்றி பெறும். வடக்கே மதக்கலவரம் நடந்த பகுதிகளில் பாஜக பெரும்பான்மையுடன் வெற்றி பெற்றதற்கும், தேர்தல் வருகிற போதெல்லாம் மதக்கலவரங்கள் தூண்டப்படுவதற்கும் இதுவே காரணம். மதக்கலவரம் ஒரு சாமானியனை என்ன செய்யும், நடுநிலையாளர்களையும் எப்படி மதமாக மட்டுமே பார்த்து ஒதுக்கும் என்பதை ரண்டு விரிவாக பேசியது. இந்தப் படம் கோடிட்டுக் காட்டும் சேதிகள் முக்கியமானவை.

மதவெறி நிகழ்வுகள் நம்மூரில் நடக்க வேண்டும் என்பதில்லை. எங்கோ வடக்கே நிகழ்ந்தாலும், அதன் விளைவுகள் நம்மூரிலும் எதிரொலிக்கும். மத அடிப்படைவாதிகள் எங்கிருந்தோ உருவாகி வருகிறவர்கள் அல்ல. வாவாவின் தந்தையைப் போல்

அவர்கள் நம்மிடையே, நம் வீட்டிலேயே இருப்பவர்கள். மதவெறி ஊட்டப்பட்ட நிலத்தில் கலவரம் நிகழ பெரிய காரணம் எதுவும் தேவையில்லை. மது அருந்துகிறவர்கள் போலீசுக்குப் பயந்து, வீசி எறியும் சாப்பாட்டு எச்சமோ, இயற்கை உபாதைக்காக கழிவறைக்கு செல்வதோகூட போதுமானது. அவை மதக்கலவரமாக மாற்றப்படும். அற்ப காரணங்களுக்காக அடித்துக் கொள்ளும் மதவெறியர்களின் மடத்தனத்தை சிறப்பித்துக் காண்பிக்க, அவர்கள் எத்தனை அற்பத்தனமான காரியங்களை மத மோதலாக மாற்றுகிறார்கள் என்று காட்சியப்படுத்தியதோடு, படத்துக்கு ரண்டு (டூ பாத்ரூம்) என பெயர் வைத்து இயக்குனர் அவர்களை விமர்சித்திருந்த விதம் அலாதியானது.

மத அரசியல் பேசிய படங்களில் மலிவான பதிப்பாக வெளிவந்தது மேப்படியான் திரைப்படம். நாம் மேலே பார்த்த படங்களில் இந்து, முஸ்லீம் இரு தரப்பின் நியாய, அநியாயங்கள் சார்பின்றி பேசப்பட்டு, மத அரசியலின் அநீதிகள் முன்னிறுத்தப்பட்டன. மேப்படியானில், தடத்தில் சேவியர் என்ற காங்கிரஸ் கிறிஸ்தவரும், அஸ்ரஃப் ஹாஜி என்ற முஸ்லீமும் வில்லனாக்கப்பட்டு, ஜெயகிருஷ்ணன் என்ற அப்பாவியும், நல்லவனுமான இந்துவும், சபரிமலை அய்யப்பனின் அருளும்; சேர்ந்து அவர்களை தண்டிப்பதுபோல் கதை பின்னப்பட்டிருந்தது. நல்லவேளையாக மேப்படியானை மலையாளிகள் ஒரு படமாக மதிக்கவில்லை, ஒதுக்கித் தள்ளினர்.

ஆதிவாசிகளுக்கு காங்கிரசும், இடதுசாரி அரசும் தொடர்ந்து செய்துவரும் அநீதிகளை கவனப்படுத்தவும், ஆதிவாசிகளுக்கு எதிரான சட்டவரைவை திரும்பப் பெற வலியுறுத்தியும் 1996 இல் பாலக்காடு கலெக்டரை அவரது அலுவலகத்தில் 5 பேர் பிணைக்கைதியாக பிடித்து வைத்த நிகழ்வை படா திரைப்படத்தில் அப்படியே மறுஉருவாக்கம் செய்திருந்தார் இயக்குனர் கமல் கே.எம். ஆதிவாசிகள் எதிர்கொள்ளும் நெருக்கடிகள், அவர்களை அரசுகள் எப்படி வஞ்சிக்கின்றன என்பவை படத்தில் இல்லை. கலெக்டரை பிணைக்கைதியாக்கும் நிகழ்வை மட்டும் விரிவாக காட்டி, அரசியல் படம் என்பதற்குப் பதில் அரசியல் நிகழ்வை சித்தரித்த படமாக படா சுருங்கிப் போனது.

இந்தப் படங்களிலிருந்து மாறுபட்டு அர்னாப் கோஸ்வாமியின் பார்க்கிங் ஜர்னலிஸை விமர்சித்து ஆஷிக் அபு எடுத்தத் திரைப்படம் நாரதன். நாடகீயமான தருணங்களை உருவாக்கி காட்சிகள், வசனங்கள் வழியாக சொல்லவரும் விஷயத்தை உச்சத்துக்கு கொண்டு சொல்லும் போதே பார்வையாளன் உணர்ச்சிவசப்படுகிறான். ஆஷிக் அபுவின் படங்கள் இதற்கு எதிரான தடத்தில் பயணிப்பவை. நாடகீய தருணங்களை தவிர்த்து, உணர்ச்சிகரமான இடங்களை தட்டையாக்கி, ஒரே சமநிலையுடன் திரைக்கதையை உருவாக்குகிறார். பெருநதியின் அமைதியையும், கண்ணுக்குத் தெரியாத அதன் ஓட்டத்தையும் திரைக்கதைக்குள் கொண்டுவரும் அவரது இன்னொரு முயற்சியே நாரதன். அர்னாப் போன்ற சீரழிந்த மனநிலைகள் செய்திகளை எப்படி உருவாக்குகின்றன, எப்படி அவற்றை முன் வைக்கின்றன, பொதுமக்களை எப்படி சிந்திக்கத் தூண்டுகின்றன என்பனவற்றை நாரதன் சுட்டிக் காட்டியது. இந்த அறமற்ற சுயநல தலைமுறை தானாக முளைத்ததல்ல, முந்தைய தலைமுறையின் எச்சம் என்பதை நாயகனின் தந்தை கதாபாத்திரத்தின் மூலம் இயக்குனர் உணர்த்தியிருப்பார். இதுபோன்ற ஏராளமான ஊடுபாவுகளை நாரதன் கொண்டிருந்தது. அர்னாப் போன்றவர்களுக்கு நீதித்துறை அனுசரணையாக செயல்படும் காலகட்டத்தில், நீதித்துறையின் மூலம் நாரதன் படத்தின் நாயகன் தண்டிக்கப்படுவதாக காட்டியிருப்பது முரண். நீதித்துறையால் மட்டுமே இவர்களை கட்டுப்படுத்த முடியும், அந்த கடமையிலிருந்து நீதித்துறை தவறக்கூடாது என்ற ஆஷிக் அபுவின் விருப்பமாகவும், அறிவுறுத்தலாகவும் இதனை எடுத்துக் கொள்ளலாம்.

இந்தப் படங்களை விட நாயாட்டு திரைப்படமே; தமிழ்நாட்டில் அதிக விமர்சனங்களை எழுப்பியது. மூன்று காவலர்கள் சந்தர்ப்பவசத்தால் ஒரு மரணத்தில் சம்பந்தப்படுத்தப்படுகிறார்கள். தேர்தல் காரணமாக அந்த போலீஸ்காரர்களை குற்றவாளியாக்கி, அவர்கள் மீது உடனடி நடவடிக்கை எடுக்க அரசு தீர்மானிக்கிறது. இதனை அறிந்து கொள்ளும் மூவரும் தப்பிச் செல்கிறார்கள். மாநிலத்தின் மொத்த போலீஸ் படையும் அவர்களை துரத்துகிறது. தேர்தல் அரசியலின் பகடைக்காயாகிப் போன அந்த மூவரும் என்னவானார்கள் என்பது கதை. ஆளும்கட்சியின் இடைத்தேர்தல்

நெருக்கடியை சாதியப் பின்புலத்தில் வைத்தது தவிர்த்து, நாயாட்டு படத்தின் பிற பகுதிகள் த்ரில்லர் வகைமைக்குள்தான் பயணித்தது. அரசியல் பகடையாட்டத்தில் போலிஸ்காரர்களாக இருந்தாலும் அவர்களும் வெட்டப்படுகிற காய்கள் மட்டுமே என்பதை நாயாட்டு சொல்லியது.

அரசியல் படங்கள் அளவுக்கு சமகால நுகர்வு உலகம் மனித உறவுகளுக்குள் ஏற்படுத்தியிருக்கும் மாற்றங்களை பேசிய படங்களும் கணிசமான எண்ணிக்கையில் வெளிவந்தன. தில்லீஷ் போத்தனின் ஜோஜி திரைப்படத்துக்கு ஷேக்ஸ்பியரின் மேக்பத் முதற்கொண்டு பல்வேறு சாயங்கள் பூசப்பட்டாலும், தனித்தே நிற்கக்கூடிய திராணி அந்தப் படத்துக்கு இருந்தது. நரிக்குணமும், நேர்மையற்ற பலவீனமும், சுயநலமும் கொண்ட கதாபாத்திரத்தை பகத் பாசில் எப்படி திரையில் கொண்டு வந்தார் என்பது திகைப்பாக இருந்தது. தனியான மேனரிசங்களோ, முகபாவங்களோ இன்றி ஜோஜியை அவரால் திரையில் உயிர்ப்பிக்க முடிந்ததே ஜோஜியின் முதலாவது ஆச்சரியம். வீட்டுத் தலைவன் என்ற அதிகாரம் எப்படி மற்றவர்களுக்குள் வெறுப்பை உருவாக்கி, சந்தர்ப்பம் அமைகையில் தீமையாக வெளிப்படுகிறது என்பதை நிறுத்தி நிதானமாக விளக்கியிருந்தார் இயக்குனர். இங்கு யாரும் முழுக்க நல்லவர்களும் அல்ல, தீயவர்களும் அல்ல. அனைவரும் சந்தர்ப்பங்களை பயன்படுத்திக் கொள்கிறவர்கள். ஒரு தீமையிலிருந்து அடுத்தத் தீமை, அதிலிருந்து இன்னொன்று என்று பரவிச் செல்லும் ஜோஜியின் துண்டாடப்பட்ட மனதின் ஒரு துண்டு, அவனது அண்ணி பின்சியிடம் இருப்பது போன்று நம் எல்லோரிடமும் உண்டு.

ஜோஜி ஒரு மாடர்ன் ஆர்ட் என்றால் களா உக்கிரமான ரியலிஸ்டிக் ஓவியம். ஆணத்துவத்தை ஒவ்வொரு அங்குலத்திலும் கொண்டவன் ஷாஜி. சிறுவனான மகனிடம், ஆண்பிள்ளைகள் அழக்கூடாது, உனக்குத் தேவைன்னா அடிச்சு வாங்கணும் என்று அறிவுறுத்துகிறவன். மனைவியிடம் பகிரும் காமத்திலும் இந்த ஆணத்துவமே மேலோங்கி நிற்கிறது. அவனது தந்தையிடமிருந்து அவனுக்குக் கிடைத்த சொத்து இது. நண்பர்களுடன் மதுவருந்தி களித்திருக்கையில், அவனது பன்றி வெடிக்கு எந்த பன்றியும் அகப்படாததை நண்பர்கள் எள்ளி நகையாட, வெடியை

இறைச்சியில் வைத்து பன்றிக்குப் பதில் அங்கு வரும் நாய்க்கு தருகிறான். நாய் தலைசிதறி செத்துப் போகிறது. ஷாஜியின் பறம்பில் பாக்குப் பறிக்கிற நாளில் வேலைக்காரர்களுடன் செத்துப்போன நாயின் சொந்தக்காரனான நாடோடி தமிழ் இளைஞனும் ஷாஜியின் வீட்டிற்கு வருகிறான். அதன் பிறகு — கிட்டத்தட்ட பாதி படம் இருவரும் மாறி மாறி அடித்துக் கொள்கிறார்கள். எதற்கு இத்தனை சண்டை, ஏன் இந்த ரத்தவெறி? இத்தனைக்கும் ஷாஜி அந்த இளைஞனுக்கு புதிதாக ஒரு நாயை வாங்கித் தருவதாகச் சொல்கிறான். அவன் சமாதானமாகாமல் ஷாஜியின் நாயை கொன்றே தீருவேன் என்று சண்டையிடுகிறான். இறுதியில் ஷாஜியை ரத்தக்களறியாக்கி அவனது அப்பா, மனைவி, மகன் முன்னிலையில் அடித்து ஜட்டியோடு கழிவறைக்குள் உட்காரவிடுகிறான். அவன் நாய்க்காக பழிவாங்க வந்தவன் அல்ல. நாயை கொல்லலாம் என்ற ஷாஜியின் மனோபாவத்தை பழி தீர்க்க வந்தவன். அவன் அடித்தது ஷாஜியின் அகம்பாவத்தை, ஆணத்துவம் என்று அவன் அலட்டிக் கொண்டிருந்த ஆண் திமிரை. ஷாஜியின் தந்தைக்கு ஷாஜியின் மனைவியின் மீது கோபம். அவளது வீட்டுக்காரர்களின் அறிவுறுத்தலின் பேரில் மகன் நிலம் வாங்கிவிட்டான் என்று. தனது அதிகாரத்தை இழந்துவிட்ட எரிச்சல். அவரது கால் சுளுக்குக்கு எண்ணையிட வரும் மருமகளின் கையை ஆங்காரத்துடன் தட்டிவிடுகிற அதே அவர், மகன் அடிவாங்கி கழிவறைக்குள் ஜட்டியுடன் ஒடுங்கியிருக்கையில், மருமகளின் தோளில் ஆதுரமாக கை வைத்து, போய் பார் என்கிறார். அதுவரை அனுசரித்தே பழகிய அவள், யோசிக்கிறேன் என்று அசையாமல் அங்கேயே அமர்ந்து கொள்கிறாள்.

நாம் செய்யும் சின்னச் சின்ன அத்துமீறல்களுக்குப் பின்னால் நமது அகண்ட அகம்பாவம் வீற்றிருக்கிறது. தெரியாமல், மது போதையில் நாயை கொன்னுட்டேன் என்று மன்னிப்பு கேட்கும் தோரணையில் சொல்லும் அதே ஷாஜி, சண்டை உக்கிரம் பெறுகையில், உன் நாயை கொன்னப்ப எனக்கொரு 'ஹைப்' கிடைச்சது என்பான். அந்த ஹைப்.. அந்த வீட்டு ஆண்களின் ஆணாதிக்க திமிர் அதைத்தான் அந்த இளைஞன் அடித்து கழிவறையில் ஜட்டியுடன் உட்கார வைத்தது.

ஜெயசூர்யா நடித்த சன்னி கொரோனா பெருந்தொற்று காலத்தில் நடக்கும் கதை. குவைத்தில் இருந்து கொச்சி வரும் சன்னி ஏழு தினங்கள் தனிமையில் தன்னை குவாரன்டைன் செய்து கொள்ள வேண்டும். அதற்காக ஹோட்டலில் தங்குகிறான். யாரையும் சந்திக்கவோ, வெளியில் செல்லவோ முடியாது. முழுமையான தனிமை. தொலைபேசி மூலமாக நடக்கும் சின்னச் சின்ன உரையாடல்கள் மூலம் சன்னியின் வாழ்க்கையை இயக்குனர் சொல்கிறார்.

இசைக்கலைஞனான சன்னி தனது காதலுக்காக தனது கனவை கைவிட்டவன். தொழில் பார்ட்னரான நண்பன் ஏமாற்றிவிடுகிறான். பெரும் கடன். திருமண உறவில் விரிசல். வாழ்வில் திரும்பிச் செல்வதற்கான எல்லா வாசல்களும் அடைபட்ட ஒருவனின் மனநிலையை முதல் காட்சியிலிருந்து ஆரவாரம் இல்லாமல் சொல்கிறது படம். தனது பயணப்பையை திறந்து, பொருள்களை எடுக்கும்விதத்தில் சன்னியின் விட்டேத்தியான மனதை அறிகிறோம். கொண்டு வந்த மது தீர்ந்த பிறகு போதையில்லாமல் நாட்களை நகர்த்த வேண்டிய கட்டாயம். ஆரம்ப உக்கிரத்துக்குப் பிறகு மனம் தணிகிறது. தொலைபேசி வழியாக மருத்துவர் இராலி மனநலத்துக்கான சிகிச்சை அளிக்கிறார். உடல்நிலை எப்படி இருக்கிறது என்று முகம் தெரியாத காவல்துறை அதிகாரி அவ்வப்போது போன் செய்து விசாரிக்கிறார். எதிர்பாராதவிதமாக மேல்தளத்தில் சன்னி போலவே குவாரன்டைனில் இருக்கும் இளம்பெண்ணுடன் அறிமுகமாகிறது. யார் நீ, என்ன செய்கிறாய் என்பதான சாதாரண அறிமுக உரையாடல். சில தினங்கள் கழித்து சன்னி அங்கிருந்து வெளியேறும் போது இந்த நபர்களும், அவர்கள் மூலமாக நடந்த உரையாடல்களும் நம்பிக்கையின் ஒளிக்கீற்றை அவனுக்குள் செலுத்தியிருக்கிறது. எப்படி இது சாத்தியமானது என்பதே இந்தப் படத்தின் ஆச்சரியம்.

சன்னி என்ற ஒரேயொரு நபரை வைத்து இந்தப் படத்தை எடுத்திருக்கலாம். வம்படியாக அப்படி எதுவும் செய்யாமல், டாக்சி டிரைவர், ரிசப்ஷனிஸ்ட், ரூம்பாய், மேல்தளத்தில் இருக்கும் பெண், ஸ்வாப் பரிசோதனைக்கு வரும் மருத்துவ பணியாளர் என சிலர் படத்தில் வருகிறார்கள். மொத்தமாக ஓரிரு

நிமிடங்கள் இருக்கலாம். படத்தின் பிரதான விஷயமே மதுதான். அது மட்டும் கிடைத்திருந்தால் சன்னி தனது துயரங்களுடன் முழுநேர போதையில் ஆழ்ந்திருப்பான். அது கிடைக்காத போது, மற்றவர்களுடன் உரையாட வேண்டியிருக்கிறது. குறைந்தபட்சம் அவர்கள் சொல்வதையாவது கேட்க வேண்டியிருக்கிறது. அதுவும் சாதாரண உரையாடல். அதன் மூலம் அவன் பெறும் வெளிச்சம் ரஞ்சித் சங்கரின் திரைக்கதையின், இயக்கத்தின் பலத்தை சொல்கிறது.

ஒரு நிச்சயதார்த்த வீட்டில் நடக்கும் நிகழ்வுகளின் பின்னணியில் ஒரு வீட்டைச் சுற்றி எடுக்கப்பட்ட படம் திங்களாழ்ச்ச நிச்சயம். பெரும்பாலும் அறிமுகமில்லாத நடிகர்கள். அரபு நாட்டில் வேலை பார்த்து, அங்குள்ள மன்னராட்சியைப் போல் வீட்டிலுள்ளவர்களிடம் கண்டிப்பு காட்டும் குடும்பத் தலைவனின் அதிகாரப் பிடிவாதத்தையும், நெகிழ்ச்சியான இளைய தலைமுறையின் முற்போக்கான நடவடிக்கைகளையும் இணையாக காட்டிய படம். இதற்கு நேர்மாறாக, முதிய தலைமுறையின் லட்சியவாதத்தையும், அது இல்லாத இளைய தலைமுறையின் உடனடி லாப நோக்கையும், நுனிப்புல் மனோபாவத்தையும், முதிய தலைமுறையிடம் அது காட்டும் அலட்சியத்தையும் சொன்ன படம் ஹோம். சாராஸ் மற்றுமொரு முக்கியமான திரைப்படம். இயக்குனராகும் கனவில் இருக்கும் சாரா வின்சென்டுக்கு குழந்தை பெற்றுக் கொள்வதில் உடன்பாடில்லை. அவளது எண்ணம் அறிந்து அதே ஒத்த கருத்துடன் அவளை திருமணம் செய்கிறான் ஜீவன் பிலிப். திருமணத்துக்குப் பிறகு பிலிப்பின் வீட்டாருக்கு சாராவின் நிலைப்பாடு தெரிய வருகிறது. பெற்றோர், மனைவி என்ற இரு தரப்பிற்குள் சிக்கிக் கொள்ளும் பிலிப், திருமண பந்தம் தந்த உரிமையில் சாரா குழந்தைப் பெற்றுக் கொள்வதில் என்ன பிரச்சனை என நெருக்க ஆரம்பிக்கிறான். இதுபோன்ற திரைப்படங்கள் பண்பாடு, கலாச்சாரம் என்று பழங்கால நியதிகளில் சென்று தேங்கும். ஆனால், சாராஸில் அந்த விபத்து நேராமல் இயக்குனர் ஜுட் ஆண்டனி ஜோசப் பார்த்துக் கொள்கிறார்.

அமானுஷியத்தை புதியதொரு கோணத்தில் அணுகிய பூதகாலம் இன்னொரு சிறப்பான திரைப்படம். முத்தச்சி, அம்மா,

மகன் என மூன்று பேர் அந்த இருளடைந்த வீட்டில் வசிக்கிறார்கள். படுக்கையில் இயற்கை உபாதையை கழித்த முத்தச்சியை நள்ளிரவில் துடைத்து உடைமாற்றுகிற ஆரம்பக் காட்சியிலேயே அந்த வீட்டின் இறுக்கமும், அம்மா, மகனுக்கிடையில் விழுந்து கிடக்கும் திரையும் தெரிந்துவிடுகிறது. முத்தச்சியின் மரணத்துக்குப் பிறகு அம்மாவின் மன அழுத்தம் கூடுகிறது. வீட்டின் இறுக்கத்தை வெளியிலும் சுமந்து திரிகிறவனாக, காதலியுடமும் அந்நியப்பட்டுப் போனவனாக இருக்கிறான் மகன். இந்த நேரத்தில் வீட்டில் சில அமானுஷ்ய நிகழ்வுகளை மகன் எதிர்கொள்கிறான். இது அவனது குணத்தை இன்னும் அந்நியப்படுத்திக் காட்டுகிறது. வீட்டிலும், வெளியிலும் இருளின் அழுத்தம் நெருக்க, அம்மா தனக்கும், மகனுக்குமான உணவில் விஷமிடுகிறாள். இதற்கு மேல் செல்ல பாதையில்லை என்ற நிலையில் உணவு மேஜையில் அம்மாவிடம் மனதைத் திறக்கிறான் மகன். திரை கரைந்து போகிறது. அடுத்தக் காட்சியில் விஷமிட்ட உணவு குப்பையில் கிடப்பதைப் பார்க்கிறோம்.

கதாபாத்திரங்களுக்குள் இயக்குனர் கொண்டு வந்த இருண்மைத்தன்மை சிறிய ஹாரர் காட்சியையும் பூதாகரப்படுத்திவிடுகிறது. ஆவியும், பேயும் இல்லாமலே தனித்து நிற்கக்கூடிய கதை பூதகாலம்.

வணிக வெற்றியை தந்த குரூப் திரைப்படம், சுகுமார குருப்பைப் பற்றி இதற்கு முன் எடுக்கப்பட்ட திரைப்படங்களைவிட தொழில்நுட்பத்தியில் மட்டுமே மேம்பட்டிருந்தது. மம்முட்டியின் பீஷ்மபர்வம் கப்போலோவின் காட்ஃபாதரின் பாதிப்பில் பிறந்த மேலுமொரு குழந்தை. இந்த வரிசையில் குறிப்பிடத்தகுந்த படமாக அமைந்தது மின்னல் முரளி. படோடபமாக திரியும் சூப்பர் ஹீரோக்களை இழுத்து வந்து யதார்த்தத்தில் நிறுத்திய வகையில் பசில் ஜோசப்புக்கு ஒரு சபாஷ் சொல்லலாம். இந்த வகைமைகள் எதற்குள்ளும் அடங்காமல் சுருளியை தந்தார் லிஜோ ஜோஸ் பெல்லிசேரி.

சுருளியின் ஆரம்பத்தில் இயக்குனர் ஒரு கதை சொல்கிறார். அனைவரையும் வழி தப்பி விடுகிற பெருமாடனின் கதை. ஒரு நாள் ஒரு திருமேனி பெருமாடனை பிடிப்பதற்காக தலையில்

கூடையுடன் செல்கிறார். மாடனைப் பிடித்தால் அவனை கூடையில் போட்டு கொண்டு வரலாம். திருமேனி தலையில் கூடையுடன் காட்டுக்குள் நடக்கிறார். அழகான காடு. ஆனால், திருமேனிக்கு வழி தெரியாது. கொஞ்ச தூரம் சென்றதும் வழியில் ஒரு பந்தைப் பார்க்கிறார். குழந்தைகளுக்கு விளையாட தரலாம் என அதனை எடுத்து கூடையில் போடுகிறார். சிறிது தூரம் சென்றதும் கூடைக்குள் அனக்கம். திருமேனி பந்து என்று கூடையில் போட்டது ஈனாம்பேச்சி. அது, திருமேனி மெதுவா போ மெதுவா போ என்கிறது. திருமேனி மெதுவாகப் போகிறார். பிறகு இந்த வழி போ என்கிறது. திருமேனி இந்த வழியில் செல்கிறார். பிறகு அந்த வழி போ என்கிறது. திருமேனி அந்த வழியில் செல்கிறார். அப்படி திருமேனி இப்போதும் கண்ட வழியெல்லாம் போய்க் கொண்டிருக்கிறார். தலையில் இருப்பது மாடன் என்பது திருமேனிக்கு இப்போதும் தெரியவில்லை. ஹா...ஹா...ஹா...

கதையைத் தொடர்ந்து காட்சிகள் விரிகின்றன. சப் இன்ஸ்பெக்டர் ஆண்டனியும், கான்ஸ்டபிள் ஷஜீவனும் மயிலாடும்குந்நு ஜோய் என்ற கிரிமினலைப் பிடிக்க சுருளி என்ற இடத்துக்கு செல்கிறார்கள். அடர்ந்த வனத்தில் பழுதடைந்த பாதையில் ஜீப்பில் செல்ல வேண்டும். எதற்காக சுருளிக்கு செல்கிறார்கள் என்ற கேள்விக்கு, ரப்பர் பிளான்டேஷனுக்கு குழி தோண்டுவதற்காக என்று குத்து மதிப்பாக சொல்கிறார்கள். அப்படியென்றால், உங்களை வரவழைத்தது தங்கனாகதான் இருக்கும் என்று அவர்களுக்கு சாதகமாக ஊர்க்காரர்களே ஒரு பதிலை தருகிறார்கள். ஆனால், தங்கன் ஊரில் இல்லை. அவன் வரும்வரை காட்டின் நடுவே இருக்கும் பிலிப்பின் சாராயக்கடையில் உண்டும், குடித்தும், பணி செய்தும் கூடுகிறார்கள்.

முதல்நாள் இரவில் ஷஜீவன் இரண்டு ஏலியன்களை கண்டு கனவில் விழித்தெழுகிறான். பயத்துடன் வெளியே சென்றுப் பார்த்தால் எரி நட்சத்திரம் ஒன்று தீச்சுவாலையுடன் பறந்து வருகிறது. அடுத்தடுத்த நாள்களில் இதேபோல் அமானுஷ்யமான பலவற்றை அவன் அனுபவப்படுகிறான். ஜோயை தேடுவதைவிட குடியும், வெடி இறைச்சியும் ஆண்டனிக்குப் பிடித்துப் போகிறது. குடிக்கிறான், வேட்டைக்குச் செல்கிறான். பிலிப்பின் மகளுடைய முதல் புதுநன்மை விருந்தில் இருவரும் கலந்து கொள்கிறார்கள்.

இறுதிவரை ஜோய் யார் என்பதை அறிந்து கொள்ள முடியவில்லை. பிலிப் உள்பட அங்குள்ளவர்கள் அனைவருக்கும் பல பெயர்கள். இறுதியில் தங்கன் வருகிறான். அவனை விசாரிக்கையில் வீட்டிலிருக்கும் அவனது மச்சான்தான் ஜோய் என்பது தெரிகிறது. அவனும் மயிலாடும்குந்நு ஜோய் அல்ல, மயிலாடும்பாறா ஜோய்.

துப்பாக்கி முனையில் தங்கனுடன் அவனது வீட்டிற்கு வருகிறார்கள். ஜோய் கழுத்துக்குக் கீழ் உணர்வற்று தளர்ந்து கிடக்கிறான். அவனை ஜீப்பில் ஏற்றி இரவில் காட்டுக்குள் பயணத்தை தொடர்கிறார்கள் ஆண்டனியும், ஷஜீவனும். அடர்ந்த காடு, சுற்றிலும் இருள். அவர்களுக்கு வழி மாறிவிடுகிறது. ஜோய் தனக்கு வழி தெரியும் என்கிறான். கூடவே ஒரு பழைய கதையை சொல்கிறேன் என்று முதலில் சொல்லப்பட்ட திருமேனியின் கதையை சொல்கிறான்.

படத்தின் ஆரம்பத்தில் சொன்ன கதையை, படத்தின் இறுதியில் மறுபடியும் சொல்கிறார்கள் என்றால், இந்த இரண்டுக்கும் நடுவில் அதுவரை நாம் பார்த்தது? அடடா எத்தனை புத்திசாலித்தனமாக நம்மை இருட்டில் தடவ விட்டிருக்கிறார்கள். முதலில் சொல்லப்பட்ட அந்தக் கதையில் வரும் திருமேனி வேறு யாருமில்லை, படத்தைப் பார்த்த நாம்தான். படத்தில் என்ன சொல்லப் போகிறார்கள் என்று தலையில் கூடைபோல் மூளையை திறந்து வைத்து படம் பார்க்க ஆரம்பிக்கிறோம். அந்தக் கதைதான் ஈனாம்பேச்சியாகிய மாடன். அதை புத்திசாலித்தனமாக படத்தின் ஆரம்பத்திலேயே நம் தலையில் ஏற்றிவிடுகிறார்கள். பிறகு அந்த மாடன் (கதை) சொல்படி நாம் படத்தைப் பார்க்க ஆரம்பிக்கிறோம். படத்தில் வரும் நபர்களில் யார் திருமேனி, யார் மாடன், எப்படி அவர்கள் வழிமாற்றப்படுகிறார்கள் என படம் முடிந்து பல நாளாகியும் தேடிக் கொண்டிருக்கிறோம். ‘தலையில் இருப்பது மாடன் என்பது திருமேனிக்கு இப்போதும் தெரியவில்லை. ஹா...ஹா...ஹா...’ என்ற கதை சொல்லியின் சிரிப்பு, படத்தில் என்னதான் சொல்லியிருக்கிறார் என தேடிக்கொண்டிருக்கும் நம்மைப் பார்த்து படைப்பாளிக்குள் எழும் புன்னகை. தலைகீழாக நின்றாலும் படத்தில் வரும் நிகழ்வில் ஓர் அர்த்தத்தை நம்மால் கண்டுபிடித்துவிட முடியாது. காரணம், அதுதான் திருமேனியாகிய நாம் நடந்து செல்கிற முடிவில்லாத, சுற்றவிடுகிற பாதை.

ஒரு படைப்பு என்பது பெரும் வனம். அதில் ஜோய் சொல்வது போல் மானுண்டு, மயிலுண்டு, குடி உண்டு, வெடி இறைச்சி உண்டு, வெடிகளும் உண்டு. அதை அனுபவிப்பதைவிட்டு, முன் அனுமானங்களுடனும் தீர்மானங்களுடனும் படைப்புக்குள் நுழையாதீர்கள். படைப்பு தரும் அனுபவத்துக்கு மேல் அதிலிருந்து நீதியோ, அறிவுரையோ எடுத்துச் செல்ல வேண்டும் என எதிர்பார்க்காதீர்கள். சுருளியை நாம் இப்படியும் புரிந்து கொள்ளலாம்.

இவை தவிர, குறிப்பிடத்தகுந்த ஒரு டஜன் படங்களேனும் மலையாளத்தில் கடந்த இரு வருடங்களில் வெளிவந்துள்ளன. நாம் விமர்சிக்கவும், விவாதிக்கவும், புரிந்து கொள்ளவும் இன்னும் நிறைய இருக்கின்றன.

(நிழல் : ஜுன் – ஆகஸ்ட் 2022)

மலையாள சினிமாவில் தமிழர் சித்தரிப்பும், விமர்சனங்களும்

ஓடிடி தளங்களின் வருகைக்குப் பிறகு மலையாள சினிமாவை ஆங்கில சப் — டைட்டில் உதவியுடன் தமிழர்கள் அதிகளவில் பார்க்கிறார்கள். அதன் எளிமையின் வசீகரம் அவர்களை கவர்ந்திருக்கிறது. அரசியல், மத, சாதிய சித்தரிப்புகள் திகைப்பை ஏற்படுத்தியுள்ளன. மலையாள சினிமா தமிழர்களை சித்தரிக்கும் விதம் குறித்து பல ஆண்டுகளாக புகார்கள் இருந்து வரும் நிலையில், அது இப்போது இன்னும் அழுத்தமாக வெளிப்பட ஆரம்பித்திருக்கிறது.

மலையாள சினிமாவில் தமிழர்கள் குறித்த சித்திரம் பல வகைகளில் அமைகிறது. முதலாவது அவர்களின் பெருமிதங்களிலிருந்து எழுவது. மலையாளிகளுக்கு தாங்கள் உலகின் செழிப்பான நிலப்பரப்பை கொண்டவர்கள் என்ற எண்ணம் உண்டு. அவர்களின் நீர்வளத்தை தமிழகத்தின் நீர்ப்பற்றாக்குறையுடன் ஒப்பிட்டு கேலி செய்வது அவர்களுக்குப் பிடித்தமானது. உடையோன் திரைப்படத்தில் தமிழரான சலீம் கௌஸ் மோகன்லாலிடம், 'தமிழ்நாட்ல மழை பெஞ்சா உங்க கிணத்துல தண்ணி' என்பார். 'அதுக்கு உங்க ஊர்ல மழை பெஞ்சாதானே'

என்று மோகன்லால் கிண்டலாக பதிலளிப்பார். அதே படத்தில் சலீம் கௌஸ், 'எங்க ஊரு கரும்பு தேன் மாதிரி இனிக்கும்' என்கையில், 'எங்க ஊரு தண்ணியே தேன் மாதிரிதான் இருக்கும்' என்பார் மோகன்லால். கேரளாவின் நீர்வளத்தை முன்வைத்து தமிழர்களை சீண்டும் இதுபோன்ற காட்சிகளை மலையாள சினிமாவில் தாராளமாக பார்க்கலாம்.

தமிழர்களால் மலையாள மண்ணிற்கும், அவர்களின் மாண்பிற்கும் கேடு விளைவதான மனப்பிராந்தியில் வைக்கப்படும் காட்சிகள் இன்னொருவகை. ஷாஜி கைலாஷின் தாண்டவம் திரைப்படத்தில் அந்நிய நாட்டு குளிர்பானங்களை தனது கிராமத்தில் நுழையவிடாமல் மண்ணின் பாரம்பரியத்தை காப்பவராக நெடுமுடிவேணு வருவார். அவருக்கு எதிராக கோக், பெப்சி போன்ற அயல்நாட்டு பானங்களை விற்கும் மனோஜ் கே.ஜெயன் தமிழராக சித்தரிக்கப்பட்டிருப்பார். நெடுமுடிவேணுவின் தம்பியான மோகன்லால் தமிழரான மனோஜ் கே.ஜெயனை அடித்துத் துரத்தி மலையாள மண்ணின் பாரம்பரியத்தை பாதுகாப்பார். நரன் திரைப்படத்தில், தமிழர்களால் மலையாளிகளுக்கு ஆபத்து என்று நேரடியாக பேசி நடித்திருப்பார் மோகன்லால். தமிழில் கடைப்பெயரை எழுதி வைத்தால் கடைக்கு தமிழர்கள் வருவார்கள், பிரச்சனை செய்வார்கள் என்று மோகன்லால் எச்சரிப்பார். அதை மீறி ஒரு டீக்கடைக்காரர் கடைப்பெயரை தமிழில் எழுதி வைக்க, அடுத்தக் காட்சியில் அந்தக் கடைக்கு டீ குடிக்க வரும் தமிழர்கள் பிரச்சனை செய்து, கடையை நாசமாக்குவார்கள். இந்த மனநிலையின் நீட்சியை இப்போதுள்ள திரைப்படங்கள் வேறுவகையில் முன்வைக்கின்றன. 36 வயதினிலே திரைப்படத்தின் ஒரிஜினலான ஹவ் ஓல்டு ஆர் யூ? திரைப்படத்தில், தமிழகத்திலிருந்து வரும் காய்கறிகள் பூச்சிக்கொல்லி மருந்தடித்து வருவதாக காட்சி வைக்கப்பட்டிருக்கும். அப்படத்தின் இயக்குநர் ரோஷன் ஆன்ட்ரூவின் இவிடம் சொர்க்கமாணு திரைப்படத்திலும் இதே கருத்து பேசப்பட்டிருக்கும்.

இவ்வகை சித்தரிப்புகளின் மையமாக இருப்பது, மலையாளிகள் தமிழர்களை குறிக்கும் பட்டப்பெயரான பாண்டி. இதற்கு பல அர்த்தங்கள் உண்டு. குளிக்காதவன், தூய்மை இல்லாதவன்,

யாசிப்பவன், அரசியல் புரிதல் இல்லாதவன், தனிமனித துதியை கொண்டவன்... இப்படி. 'பாண்டி லாரி அடிச்சு சாகப்போற' என்பது ஒருவகை வசை. தமிழர்கள் எவ்வித சிரத்தையும், கட்டுப்பாடும் இல்லாத தான்தோன்றிகள் என்பதிலிருந்து உருவானது.

தமிழர்களுக்கு மலையாளப் படங்களில் சூட்டப்படும் கதாபாத்திரப் பெயர்கள் பெரும்பாலும் பொன்னுசாமி, குப்புசாமி என்பதாக இருக்கும். ஒரு திரைப்படத்தில் தமிழர் ஒருவர் மணியம்பிள்ளை ராஜுவிடம், 'நீங்க பொன்னுசாமியா' என்று கேட்பார். ஏதோ சாணியை மிதித்தது போல், 'என்ன பொன்னுசாமியா? நான் நல்ல நாயர் தரவாட்டில் பிறந்தவனாக்கும்' என்பார். அவர்களைப் பொறுத்தவரை தமிழர்கள் எனப்படுவோர் பொன்னுசாமி, குப்புசாமி வகையறாவைச் சேர்ந்தவர்கள். அதாவது சமூக படிநிலையில் அடிமட்டத்தில் இருப்பவர்கள், மலையாளிகளின் பாரம்பரிய பெருமைக்கு ஒத்துவராதவர்கள். இதில் ஐயர்கள் மட்டும் விதிவிலக்கு. தமிழ் சினிமாவில் ஓர் அப்பாவியை காண்பிக்க, அவனது தோளில் பூணூலை மாட்டி, நெற்றியில் விபூதி அடித்துவிடுவதைப் போன்று, புத்திசாலியான நபர் என்றால் அவரை ஐயராக சித்தரிப்பது மலையாள சினிமாவின் வழக்கம். ஐயர் தி கிரேட், சிபிஐ டை குறிப்பு சீரிஸில் வரும் சேதுராம ஐயர் என இதற்கு பல உதாரணங்கள் சொல்லலாம்.

கேரளாவில் தமிழை எங்கு பார்க்க முடியுமோ இல்லையோ சுற்றுலாத்தலங்களில், கக்கூஸுக்கு செல்லும் வழி என்று தமிழில் எழுதி வைத்திருப்பார்கள். ஒப்பீட்டளவில் நம்மைவிட கேரளாவின் சுகாதாரம் மேம்பட்டது. அங்கு நினைத்த இடத்தில் ஜிப்பை திறந்து இயற்கை உபாதையை தணித்துவிட முடியாது. கால் வைக்க முடியாத அளவுக்கு ஆற்றங்கரைகளில் அவர்கள் கழித்து வைப்பதில்லை. ஐயப்ப சீசனில் தங்கள் இடத்தை அசிங்கப்படுத்தி விடுவார்கள் என முறை வைத்து மலையாளிகள் காவல் இருப்பதுண்டு. மேலும், கேரளாவில் பிச்சை எடுப்பவர்களில் கணிசமானவர்கள் தமிழர்கள். குறி சொல்பவர்கள், மேஜை துடைப்பவர்கள், இஸ்திரி கடை வைத்திருப்பவர்கள் என விளம்புநிலை வேலைகளை செய்கிறவர்களாக தமிழர்கள்

இருக்கிறார்கள். நாற்பது, ஐம்பது வருடங்களுக்கு முன்பிருந்தே பனையேறவும், கட்டுமானப் பணிகளுக்காகவும் தமிழர்கள் கேரளா சென்று கொண்டிருக்கிறார்கள். மலையாளிகள் பார்த்த, பழகிய அனேக தமிழர்கள் கடைநிலையில் இருப்பவர்கள். இதிலிருந்து அவர்கள் தமிழர்கள் குறித்த சித்திரத்தை உருவாக்கிக் கொண்டார்களா என்றால் ஆம் என்று சொல்லலாம். அதேவேளையில் இதற்கெல்லாம் அடியாழத்தில் மலையாளிகளின் கழிவிரக்கமும், பொறாமையும் அலையடித்துக் கொண்டிருப்பதையும் கவனிக்க வேண்டும்.

பிழைப்புக்காக கேரளா செல்லும் உதிரித் தமிழர்களை தவிர்த்துவிட்டுப் பார்த்தால், தமிழகம் மலையாளிகளின் உதவி இல்லாமல் தனித்தியங்கும் சுயச்சார்பைக் கொண்டது. கேரளம் அப்படியல்ல. காய்கறிகள், தானியங்கள், இறைச்சி வகைகள் முதற்கொண்டு அனைத்தும் தமிழகத்திலிருந்துதான் கேரளா செல்கிறது. இங்கே மூன்றுநாள் பந்த் நடத்தினால் அங்கே மலையாளிகள் பட்டினி கிடக்க நேரிடும். கேரளாவின் எந்த மூலைக்குச் சென்றாலும் ஏதாவது ஒரு தமிழ்த் திரைப்படம் ஓடிக்கொண்டிருக்கும். தமிழ்த் திரைப்பாடல்கள் ஒலித்துக் கொண்டிருக்கும். மலையாள சேனல்களில் தமிழ் சினிமாக்கள் தவிர்க்க முடியாதவை. வெள்ளிக்கிழமை எந்தச் சேனலை திருப்பினாலும் தமிழ்ப்படமே ஓடிக் கொண்டிருக்கும். தொலைக்காட்சி நிகழ்ச்சிகளில் பத்து பாடல்கள் பாடப்பட்டால் அதில் நான்கு தமிழ்ப் பாடல்களாக இருக்கும். விஜய் படம் வெளியாகிறது என்றால் மலையாளத்தின் முன்னணி நடிகர்களின் படங்கள் வேறு தேதிக்கு மாற்றி வைக்கப்படுவது பல ஆண்டுகளாக நடந்துவரும் வழக்கம். கேரளாவில் அதிக ஓபனிங்கை பெற்ற ஐந்து திரைப்படங்களை எடுத்துக் கொண்டால் அதில் இரண்டு விஜய் படங்களாக இருக்கும். இப்போது சூர்யா, அஜித், சிவகார்த்திகேயன் என பலரும் மலையாள நடிகர்களை வசூலில் பின்னுக்குத் தள்ள ஆரம்பித்திருக்கிறார்கள். மலையாளத்தின் முன்னணி நடிகர்கள், இயக்குநர்களுக்கு சென்னையில் வீடுகள் உள்ளன, அவர்களின் பிள்ளைகள் இங்குதான் படிக்கிறார்கள், வளர்கிறார்கள்.

இந்த சார்ப்புநிலை மலையாளிகளின் ஈகோவை தொடர்ந்து காயப்படுத்தி வந்திருக்கிறது. கிடைக்கிற சந்தர்ப்பங்களில்

தமிழர்களை மட்டம்தட்டி காயத்திற்கு மருந்திட்டு கொள்வார்கள். அக்கரே அக்கரே அக்கரே திரைப்படத்தில் அமெரிக்காவின் உயர்ந்த கட்டடங்களை வியந்துப் பார்க்கும் மோகன்லால், அருகில் நிற்கும் சீனிவாசனிடம், 'எல்ஐசி பில்டிங்கைப் பார்த்து வாய் பிளக்கும் தமிழர்கள் இதைப் பார்த்தால் நெஞ்சு வெடிச்சு செத்திடுவாங்களே' என்பார். 32 வருடங்களுக்கு முன் எல்ஐசி போலொரு உயர்ந்த கட்டடம் கேரளாவில் இல்லாததன் வெளிப்பாடே இந்த ஆற்றாமை. இதனை புரிந்து கொண்டால் ஒரு புன்னகையுடன் இந்த விமர்சனங்களை கடந்து சென்றுவிட முடியும். மேலும், மலையாளிகளை நமது திரைப்படங்களில் எப்படி சித்தரித்து வந்திருக்கிறோம்.? ஒரு டீக்கடை, அதில் வத்தலாக ஒரு நாயர், ஷகிலா சைஸில் முண்டும் ஜாக்கெட்டும் அணிந்த நாயரின் மனைவி உதட்டைச்சுழித்து புட்டு வேணுமா என்று கேட்பார். இதைத்தாண்டி மலையாளிகளின் தனித்துவத்தை காட்சிப்படுத்திய தமிழ் சினிமா எத்தனை இருக்கிறது? விதிவிலக்காக மலையாளிகள் அதனை செய்திருக்கிறார்கள்.

பிளெஸ்ஸியின் தன்மாத்ரா திரைப்படத்தில், தனது பத்து வயதில் முதல்முறையாகப் பாடிய, காற்று வெளியிடை கண்ணம்மா பாரதியார் பாடலை மோகன்லால் நினைவுகூரும் தருணமும், அன்வர் ரஷீத்தின் உஸ்தாத் ஹோட்டலில் பேரன் துல்கர் சல்மானுக்கு நளபாக வித்தைகளை கற்றுத் தரும் பாட்டனார் திலகன் கடைசியாக மதுரையில் ஆதரவற்றவர்களுக்கு இலவசமாக உணவு வழங்கிவரும் தமிழரிடம் அனுப்பி வைத்து உணவின் மகத்துவத்தையும், அதன் நோக்கத்தையும் அறிந்து கொள்ள வைக்கும் காட்சியும், தமிழர்களை பல திரைப்படங்களில் மட்டம் தட்டி வசனம், காட்சிகள் வைத்த சீனிவாசனின் மகன் வினீத் சீனிவாசன் தனது ஹிருதயம் திரைப்படத்தில் சென்னையின் கடைகோடி மாணவர்கள் படிப்பிலும், குணத்திலும் உதாரண புருஷர்களாக இருப்பதை சொன்ன நேர்த்தியும் உணர்ச்சிகரமானவை.

ஆனால், இவையெல்லாம் நாம் அறிந்து கொள்ள வேண்டிய சில அடிப்படையான கூறுகள் மட்டுமே. இறுக்கமான விமர்சனச் சூழலை கொண்டிருக்கும் நாம் மலையாள சினிமாவை அணுக வேண்டிய கோணம் வேறு. சத்தியன் அந்திக்காடின் நரேந்திரன்

மகன் ஜெயகாந்தன் வகா திரைப்படத்தில் பஞ்சாயத்து அளவிலேயே வெடிகுண்டு வீசும் அரசியல்வாதியாக வரும் இன்னசென்ட், தமிழ்நாட்டிலிருந்து வரும் பார்த்திபனை விரட்ட, தனது கட்சி ஆள்களுடன் சென்று வெடிகுண்டு வீசுவார். 'நான் கேரளா சிங்கம், நீ பரட்டை தமிழன், மலையாளியும், பெங்காலியும் புத்திஜீவிகள், தமிழன் கழுதைப் பால் குடிக்கிறவன், முல்லைப் பெரியாறில் இருந்து நீ தண்ணீ திருடுவியா' என்று இன்னொரு வெடிகுண்டை வீசுவார். 'எதுக்கு இப்போ பட்டாசு வெடிக்கிற? இதே மாதிரி வெடி ரூபாய்க்கு மூணு சிவகாசியில் கிடைக்கும்' என்று சொல்லி இன்னசென்டையும், அவரது ஆள்களையும் பார்த்திபன் புரட்டி எடுப்பார். 'இங்க தமிழன் .இல்லை மலையாளி இல்லை எல்லோரும் இந்தியர்கள்' என்று இன்னசென்டை தோப்புக்கரணம் போட வைப்பார். இன்னசென்ட் அழுது கொண்டே, 'முல்லைப் பெரியாறிலிருந்து எவ்வளவு தண்ணி வேணும்னாலும் எடுத்து குடிக்கவோ, குளிக்கவோ செய்' என்பார். ஒரு தமிழன் இத்தனை பேரை அடித்தால், பத்து தமிழர்கள் மொத்த மலையாளிகளையும் அடித்து விரட்டி விடுவார்களே என்ற வசனமும் அப்படத்தில் வரும்.

ஒரு மலையாளி தமிழ்நாட்டிற்கு வந்து தமிழனை அடித்து, தோப்புக்கரணம் போட வைத்து, தண்ணி அரசியல் பேசுவது போல் தமிழில் ஒருபோதும் படம் எடுக்க முடியாது. ஆனால், மலையாளிகள் இதுபோன்ற காட்சிகளை சாதாரணமாக படங்களில் வைக்கிறார்கள். சாதி, மத அரசியலை வெளிப்படையாக விமர்சிக்கிறார்கள். நஸ்ரானி என்பது கிறிஸ்தவர்களை குறிக்கும் மென் கெட்டவார்த்தை. அந்தப் பெயரிலேயே மம்முட்டி நடிப்பில் மலையாளத்தில் ஒரு படம் வெளிவந்தது. ஜோஷியின் லேலம் படத்தில் கிறிஸ்தவ பிஷப்பை ஈப்பச்சன் என்ற கள்ளு வியாபாரியாக வரும் சோமன் வார்த்தையால் கிழித்துத் தொங்கவிடுவார். சோமன் நடித்ததிலேயே ஆகச்சிறந்த காட்சி அது. சமீபத்தில் வெளியான கடுவா படத்தின் கதையும், பெண்களிடம் அத்துமீறும் ஒரு பாதிரியாரையும், அவரைப் பாதுகாக்கும் மிஷனரியையும் சுற்றிப் பின்னப்பட்டதே. இத்தனைக்கும் கேரளாவில் கிறிஸ்தவர்களை முதன்மைப்படுத்தும் அரசியல் கட்சிகள் உள்ளன. அந்தக்

கட்சியைச் சேர்ந்தவர்கள் கேரள அமைச்சரவையில் பலமுறை மந்திரிகளாக இருந்திருக்கிறார்கள். எனினும்; இந்தப் படங்களுக்கு கேரளாவில் எதிர்ப்பு வந்ததில்லை. கேரளா காங்கிரஸ் (எம்) கட்சியின் நிறுவனர் எம்.கே.மாணி ஒரு சிரியன் கிறிஸ்தவர். இருமுறை அமைச்சராக இருந்தவர். அவரை விமர்சித்து எடுத்த நஸ்ரானியும் அங்கு எவ்வித எதிர்ப்புமின்றி ஓடியது.

இந்தப் பின்னணியில், 2020 இல் வெளிவந்த கப்பேலா மலையாளப் படத்தை பார்த்துவிட்டு, அப்பாவிப் பெண்ணை ஏமாற்றுகிறவனாக இந்துவையும், அவளை காப்பாற்றுகிறவனாக கிறிஸ்தவனையும் காட்டியிருக்கிறார்கள், இதுவொரு மதக்காழ்ப்பு திரைப்படம் என்று இங்கிருந்து நாம் விமர்சனம் எழுதுகையில் அது எத்தனை பெரிய அபத்தம் என்பது நமக்குப் புரிவதில்லை. கப்பேலா வெளிவந்த அதே வருடம், கிறிஸ்தவ மதப்போதகர்களின் மோசடியை சொன்ன ட்ரான்ஸ் திரைப்படம் வெளியானது. அதே வருடம்தான், சிறுமியை பாலியல் பலாத்காரம் செய்து, அவளை கர்ப்பமாக்கிய பாதிரியார், தனது செல்வாக்கைப் பயன்படுத்தி தனது குற்றத்தை அந்தச் சிறுமியின் தந்தையின் தலையில் கட்டி, அவரை தற்கொலை செய்ய வைக்கும் கதையைக் கொண்ட அஞ்சாம் பாதிரா திரைப்படமும் வெளியானது. இதையெல்லாம் கணக்கில் கொள்ளாமல் கப்பேலா மதக்காழ்ப்பு திரைப்படம் என விமர்சனம் செய்வது நமது மடமையே அன்றி வேறில்லை.

கிறிஸ்தவர்களைப் போலவே முஸ்லீம்களுக்கும் தமிழகத்தைவிட கேரளாவில் அரசியல் பிரதிநிதித்துவம் உண்டு. எனினும் முஸ்லீம்களை விமர்சித்து எடுக்கப்பட்ட திரைப்படங்களுக்கு அங்கு பெரியளவில் எதிர்ப்புகள் எழுந்ததில்லை. அன்வர், பாபா கல்யாணி திரைப்படங்கள் முஸ்லீம்களை தீவிரவாதிகளாக, குண்டு வைப்பவர்களாக சித்தரித்தவை. 2009 இல் வெளியான ரஞ்சித்தின் பலேரி மாணிக்கம் — ஒரு பாதிராகொலபாதகத்தின்றெ கதா இன்னொரு முக்கியமான திரைப்படம். இதில் மம்முட்டி மூன்று வேடங்களில் வருவார். அதில் ஒன்று முறிக்கின்குன்னத்து அஹமது ஹாஜி. பெண் பித்தர். கண்ணில்படும் எந்தப் பெண்ணையும் விடமாட்டார். கீழ்சாதியைச் சேர்ந்தவர்கள் தங்கள் கண்முன்னால் தங்கள் குடும்பத்துப் பெண்கள் ஹாஜியாரால் பாலியல் வன்முறை செய்யப்பட்டால்; ஒதுங்கிச் சென்றாக வேண்டும். கம்யூனிஸத்தின்

தாக்கத்தால் சுயமரியாதை பெற்று, இனிமேல் யார் வீட்டிலும் சென்று சவரம் செய்வதில்லை என முடிவெடுக்கும் இளைஞனை அடித்து அடங்கிப் போக வைக்கும் கொடுமையையும் ஹாஜியார் செய்வார். இந்தப் படம் சிறந்த நடிகருக்கான மாநில அரசு விருது உள்பட நான்கு விருதுகளை வென்றது. இப்படியொரு படத்தை தமிழில் யோசிக்கவே முடியாது. இந்தப் படங்களையெல்லாம் படமாக கடந்து சென்ற அதே கேரளாவில், விஸ்வரூபம் படத்திற்கு எதிர்ப்பு கிளம்பியது. கேரளா முஸ்லீம்களை குண்டு வைப்பவர்களாக சித்தரித்ததை எதிர்க்காதவர்கள், ஆப்கான் தீவிரவாதத்தை காட்டிய விஸ்வரூபத்தை எதிர்த்தார்கள். காரணம் வேறொன்றுமில்லை. விஸ்வரூபத்துக்கு தமிழகத்தில் எழுந்த எதிர்ப்பின் ஜுவாலை கேரளாவிலும் பதட்டத்தை உருவாக்கியது. எதிர்ப்புகள் எழுந்தன. நல்லவேளையாக ஆரம்பத்திலேயே இந்தப் போராட்டங்கள் பிசுபிசுத்தன. இல்லையெனில் ஒவ்வொரு திரைப்படம் வெளியாகும் போதும் ஏதாவது ஒரு மதக்குழுவின் சம்மதத்திற்கு தயாரிப்பாளரும், இயக்குநரும் கையேந்தி நிற்கும் அவலம் மலையாளத் திரையுலகுக்கும் ஏற்பட்டிருக்கும்.

கிறிஸ்தவ, முஸ்லீம்களைப் போலவே இந்துக்களின் குறிப்பாக நாயர், நம்பூதிரிகளின் மத, சாதிய செருக்கையும், அடாவடியையும் செலுலாயிட் போன்ற பல திரைப்படங்கள் காட்சிப்படுத்தியுள்ளன. இந்தப் படங்கள் வெளிவந்த அதே காலகட்டத்தில்தான், நம்பூதிரிகளால் தலித்துகள் எங்ஙனம் ஒடுக்கப்பட்டார்கள் என்ற நாடகத்தின் ஒத்திகையை சீனிவாசன் நடத்திக் கொண்டிருக்கையில், நம்பூதிரியான மோகன்லால் பல நாள் பட்டினியில் கிடக்கும் தனது குடும்பம் வேக வைத்து தின்பதற்காக பச்சை வாழைக்குலையை இருட்டில் திருடி எடுத்துச் செல்லும் காட்சியை கொண்ட படமும் வெளியானது. அப்படி முப்பது வருடங்களுக்கு முன்பே சாதியை இரு திசைகளிலும் இயல்பாக அணுகி விமர்சித்திருக்கிறார்கள். இந்நிலையில், 2021 இல் மார்டின் ப்ரக்கட்டின் நாயாட்டு திரைப்படம் வெளியான போது, தலித்துகளை கொச்சைப்படுத்திவிட்டார்கள், தலித்துகள் காவல்நிலையத்தில் அடாவடி செய்வதாக காட்டுகிறார்கள், அதிகார மையம் அவர்களுக்கு செவி சாய்ப்பதாக பொய்யாக காட்சி வைத்திருக்கிறார்கள் என தமிழகத்திலிருந்து விமர்சனங்கள்

எழுந்தன. தலித்துகள் என்றால் எப்போதும் உயர்சாதிக்காரனுக்கு குனிந்து கொடுத்து அடிவாங்குகிறவனாக இருக்க வேண்டும் என்ற மனப்பதிவின் வெளிப்பாடு இது. எல்லா மனிதனுக்கும் இருக்கும் திமிரும், அகங்காரமும் தலித்துகளுக்கு மட்டும் இருக்காதா என்ன?

இன்றைய சூழலில், திரைப்படங்களின் சாதி அரசியலை இன்னும் நுட்பமாக அணுக வேண்டிய தேவை உள்ளது. தமிழகத்தில் பெயருக்குப் பின்னால் சாதியை போட்டுக் கொள்வதில்லை. திரைப்படங்களில் சாதி, மத அடையாளத்தை வெளிப்படையாகப் பேசி காட்சிகளும் நம்மால் வைக்க முடிவதில்லை. கேரளாவில் மேனன், நாயர், குறுப்பு என பெயருக்குப் பின்னால் சாதியைப் போட்டுக் கொள்கிறார்கள். திரைப்படங்களில் சாதிப் பெயர்களை வைத்து கதாபாத்திரங்களை குறிப்பிடுகிறார்கள். இதில் கவனிக்க வேண்டியது. மேனன், நாயர் போன்று ஈழவ சமுதாய மக்கள் தங்கள் சாதியை பெயருக்குப் பின்னால் பெரும்பாலும் போட்டுக் கொள்வதில்லை. அதனால் திரைப்படங்களில் ஈழவ சாதிப்பெயரை வைத்து யாரையும் குறிப்பிடுவதுமில்லை. ஈழவர்கள் சாதியப்படிநிலையில் கீழ்மட்டத்தில் வைக்கப்பட்டவர்கள். சாதி அவர்களுக்கு அவமானம். மேனன், நாயர்களுக்கு சாதி பெருமிதம். இதுவே இந்த வேறுபாட்டிற்கான காரணம். எனினும், படத்தில் வரும் கொடூர வில்லனை எடோ நாயரே, எடோ மேனனே என்று சாதிப் பெயரை மட்டும் குறிப்பிட்டு அழைக்கிற சுதந்திரம் மலையாளத்தில் உள்ளது. அந்த சுதந்திரத்தை நம்மால் இப்போதைக்கு கனவிலும் நினைக்க முடியாது.

சாதி, மத, அரசியல் அடையாளங்களை திரைப்படங்களில் வெளிப்படையாக பேசி, விமர்சிக்கிற சுதந்திரத்தை மலையாளிகள் பொதுவெளியில் இருந்தே பெற்றுக் கொண்டார்கள். அங்கு ஒருவரை பகடி செய்யும் மிமிக்கிரி முக்கியமான கலையாக அங்கீகரிக்கப்பட்டுள்ளது. ஜெயராம், கலாபவன் மணி, கலாபவன் ஷாஜன், திலீப் என ஏராளமான நடிகர்கள் மிமிக்ரி வழியாக திரைத்துறைக்குள் நுழைந்தவர்கள். அங்குள்ள அரசியல் தலைவர்களை நகல் செய்து, அவர்களைப் போலவே மிமிக்ரி செய்யும் கலைஞர்கள் நூற்றுக்கணக்கில் இருக்கிறார்கள்.

அச்சுதானந்தன், பினராயி விஜயன் போன்றவர்களை தோற்றத்திலும், குரலிலும் மிமிக்ரி செய்ய கேரளாவில் குறைந்தது நூறு பேர் இருப்பார்கள். அரசியல் தலைவர்களை, நடிகர்களை வைத்துக் கொண்டே மேடையில் அவர்களை பகடி செய்வது கேரளாவில் சாதாரணம். படப்பிடிப்புத்தளத்தில் மம்முட்டி, மோகன்லால், திலீப், சுரேஷ்கோபி ஆகியோர் எப்படி நடந்து கொள்வார்கள் என நடிகர் ஜெய்சூர்யா ஒரு தொலைக்காட்சி நிகழ்ச்சியில் நடித்துக் காட்டினார். அத்தனை துல்லியமான நடிப்பு. மம்முட்டி எப்போதும் பொருளாதார சிந்தனையில் இருப்பவர், மோகன்லால் பெண்களிடம் அசடு வழிபவர், திலீப் எதனையும் விளையாட்டாக எடுத்துக் கொள்கிறவர், சுரேஷ்கோபி எதுவும் தெரியாத மண்டன் என அந்தந்த நடிகர்களைப் பற்றிய ஒருவரி விமர்சனத்தை ஜெய்சூர்யாவின் சில நிமிட நடிப்பிலிருந்து நாம் எடுத்துக் கொள்ள முடியும். இப்படி வேறு எந்த மொழி நடிகர்களையும் இன்னொரு நடிகரால் பகடி செய்ய இயலாது. அரசியல்வாதிகளையும் இதே இயல்புடனே அணுகுகிறார்கள்.

கமல்ஹாசன் திரைத்துறைக்கு வந்து 50 வருடங்கள் நிறைவடைந்ததை, அச்சுதானந்தன் தலைமையிலான இடதுசாரி அரசு விழா எடுத்து கொண்டாடிய போது, மலையாள நடிகர்கள் சங்கமான அம்மா அதனை எதிர்த்தது. மலையாளத்திலேயே 50 வருடங்களாக நடித்துக் கொண்டிருப்பவர்கள் இருக்கையில் கமலுக்கு விழா எடுப்பது சரியல்ல, இந்த விழாவை அம்மா புறக்கணிக்கிறது, தனிப்பட்ட விருப்பத்தில் நடிகர்கள் விழாவில் கலந்து கொள்ள தடையில்லை என அம்மாவின் பிரசிடென்டான இன்னசென்ட் அறிவித்தார். அந்த விழாவில் நடத்தப்பட்ட காமெடி ஸ்கிட் ஒன்றில் இன்னசென்ட் போன்று ஒப்பனை செய்த நடிகரிடம், நீ யார் என்று கேட்க, அம்மையுடெ பிரசிடென்ட் என்பார். அம்மயுடெ நாயர்னு கேட்டுண்டு, அது எந்தாடா அம்மையுடெ பிரசிடென்ட் என சக நடிகர் கிண்டல் செய்வார். அம்மயுடெ நாயர் என்பது ஒருவகை மென் வசை. இது நடந்த பத்து தினங்களுக்குள் வேறொரு நிகழ்வில் அச்சுதானந்தனும், இன்னசென்டும் ஒரே மேடையில் அருகருகே அமர்ந்திருந்தார்கள். தமிழகத்தின் முன்னாள் முதல்வர்களிடம் திரைத்துறை எப்படி பவ்யமாக நடந்து கொண்டது என்பதை நினைவூட்டிக்

கொண்டால் மலையாள திரைத்துறை எத்தகைய சுதந்திரத்துடன் செயல்படுகிறது என்பது ஆச்சரியமளிக்கும்.

அரசியலிலும், சினிமாவிலும் மலையாளிகள் முன்வைக்கும் விமர்சனமும்,வெளிப்படைத்தன்மையும் நம்மைவிட மேம்பட்டதா இல்லையா என்பது ஒருபுறமிருக்க, நிச்சயம் நம்மிலிருந்து மாறுபட்டது என்பதை உறுதியாகச் சொல்ல முடியும். அந்த வேறுபாட்டை புரிந்து கொள்ளாமல் அல்லது கணக்கில் எடுக்காமல், நமது சூழலின் புரிதலில் இருந்தே மலையாளப் படங்கள் மீதான விமர்சனங்களும், புகார்களும் பெரும்பாலும் வைக்கப்படுகின்றன. இவை எவ்வகையிலும்; நன்மைப்பயக்கப் போவதில்லை. சமீபத்தில் வெளியான புழு, மலையன்குஞ்னு திரைப்படங்கள் வழமையான மலையாளப் படங்களிலிருந்து மாறுபட்டிருந்தன. ஒருவகை ஹாலிவுட் தன்மையை அவை கொண்டிருந்தன. நாயகன் செய்யும் தவறை நியாயப்படுத்த, அவனுக்கொரு நெருக்கடியான பின்புலத்தை வைத்து சமன் செய்வார்கள். அமெரிக்காவின் ஆக்கிரமிப்புப் போரை காட்சியப்படுத்திய அனைத்துத் திரைப்படங்களிலும் இதனைப் பார்க்கலாம். 2004 இல் ஆஸ்கர் வென்ற க்ராஷ் திரைப்படத்தில் நிறவெறியுடன் செயல்படும் போலீஸ்காரரின் தந்தை அதீத மூலநோயால் அவதிப்படுவதையும், அது போலீஸ்காரரின் வாழ்வை நெருக்கடியான ஒன்றாக மாற்றியிருப்பதையும் காட்சிப்படுத்தியிருப்பார்கள். இதன் வழியாக, வீட்டில் எதிர்கொள்ளும் இந்த நெருக்கடியே போலீஸ்காரர் வெளியே வன்முறையுடன் செயல்பட காரணம் என்ற தோற்றத்தை உருவாக்கியிருப்பார்கள். புழுவின் நாயகன் தங்கை மீது கொள்ளும் வெறுப்புக்கு, அவளது கலப்புத்திருமணத்தால் தாய் முடங்கிப்போகும் சம்பவம் ஒரு காரணமாக வைக்கப்பட்டிருக்கும். நல்லவேளையாக தனது தொழிலிலும் நாயகன் வன்மத்துடன் நடந்து கொள்கிறவன் என்பதை இயக்குநர் காட்டியிருப்பார். மலையன்குஞ்னுவிலும் இதேதான் களம். அங்கே மகள் கீழ்சாதிக்காரனை திருமணம் செய்ததால் தந்தை தற்கொலை செய்து கொண்டிருப்பார்.

பொதுவாக மலையாளப் படங்களில் கதாபாத்திர சித்தரிப்புக்கு இப்படியொரு பின்புலம் பெரும்பாலும் இருப்பதில்லை.

உதாரணமாக, தொண்டிமுதலும் த்ரிக்ஷக்சியும் படத்திலும் இதேதான் களம். கலப்புத் திருமணம் செய்த தம்பதியுடன் யாரும் தொடர்பில் இருக்க மாட்டார்கள். ஆச்சரியமாக ஒருநாள் பெண்ணின் தந்தையிடமிருந்து போன் வரும். இப்போதைக்கு ஊருக்கு வர வேண்டாம், பணத்தேவை இருந்தால் சொல், இரண்டு, மூன்று வருடங்கள் போன பிறகு அழைக்கிறேன் என மகளிடம் சொல்வார். அதற்கு அவள், எத்தனை வருடமானாலும் நீங்க என்னை கூப்பிட மாட்டீங்கன்னு தெரியும், உங்க திருவிழா கமிட்டி மெம்பர்கள் சுகம்தானே என்று கேட்பாள். இங்கே போன் பேசும் தந்தையுடன் இன்னொருவரும் உடனிருப்பார். மகளின் பதிலைக் கேட்டு திடுக்கிடும் தந்தை, கழுவேறிட மோள் என்று கெட்டவார்த்தையில் திட்டுவார்.

புழு, மலையன்குஞ்னு படங்களில் வரும் கலப்புத் திருமணங்களைப் போலவே இதிலும் கலப்புத்திருமண தம்பதியில் பெண் ஆதிக்கச் சாதியைச் சேர்ந்தவள். அவளது ஊரில் கோவில் திருவிழா நடக்கயிருக்கிறது. பலரும் வருவார்கள். கீழ்சாதிக்காரனை திருமணம் செய்த மகள் திருவிழாவுக்கு வந்தால் தந்தையின் அபிமானம் மற்றவர்கள் முன் சிறுமைப்படும். இது அவருடைய பிரச்சனை மட்டுமில்லை. அவர் சார்ந்த சாதிக்காரர்களின், அந்த சாதிக்காரர்கள் நடத்தும் கோவில் திருவிழா கமிட்டிக்காரர்களின் ஒட்டு மொத்தப் பிரச்சனை. அதனால்தான் அவள், உங்க திருவிழா கமிட்டி மெம்பர்கள் சுகம்தானே என்று கேட்டதும் தந்தைக்கு அம்பலப்பட்டுவிட்டதன் கோபம் கெட்டவார்த்தையாக வெளிப்படுகிறது. இந்தக் காட்சிக்கு முன்புவரை அந்த தந்தைக் கதாபாத்திரம் சாதாரண ஷேர் ஆட்டோ ஓட்டும் எளிய மனிதராகவே வருவார். எவ்வித கூடுதல் பூச்சும் அவருக்கு தரப்படுவதில்லை. மகள் ஓடிப்போனதை அறிந்து குமுறும்போதும் ஒரு சராசரி தந்தையாகவே தெரிவார். அப்படிப்பட்டவர் ஒரு சாதி வெறியர் என்பதை நாம் அறிகையில் துணுக்குற்றுப் போகிறோம். அது அந்த நபர் சாதி வெறியராக இருப்பதால் வந்த அதிர்ச்சி அல்ல. எத்தனை சாதாரண ஜனங்களுக்குள்ளும் சாதிவெறி இருக்கிறது, தேவைப்படும் இடங்களில் அது வன்மத்துடன் வெளிப்படுகிறது என்பதை அறிகையில் வரும் அதிர்ச்சி.

க்ராஷ், புழு, மலையன்குஞ்ஞு படங்களில் வரும் கதாபாத்திரங்களின் காரண காரியங்களுக்கு ஒரு பின்புலம் வைக்கையில் அந்த கதாபாத்திரம் சராசரித் தன்மையை இழந்து ஒரு தனித்துவமான, அரிதாக நாம் சந்திக்கும் கதாபாத்திரமாகிவிடுகிறது. இவன் மட்டும்தான் இப்படி, மற்றபடி சமூகம் நார்மலாகத்தான் இருக்கிறது என மனம் சமாதானம் அடையும். மலையன்குஞ்ஞுவின் நாயகன் அனில்குட்டன், பிற சாதிக்காரன் தொட்ட குழம்புப் பாத்திரத்தை தட்டிவிடுவதன் மூலம் அவனது சாதி வெறியை இயக்குநர் தெரியப்படுத்துவார். நடைமுறை வாழ்க்கையில் அனில்குட்டன் பிற சாதிக்காரன் தொட்டவற்றை தவிர்க்க வேண்டுமென்றால் தினசரி பத்துப் பதினைந்து பாத்திரங்களையாவது தட்டிவிட வேண்டியிருக்கும். இந்தக் காட்சி சமூகத்தை பிரதிபலிக்காத ஒரு தனித்த கதாபாத்திரமாக அவனை ஆக்குகிறது. இதனால்தான், அனில்குட்டன் பொன்னியின் மீது அன்பு கொள்வதாக படம் முடிகையில், அனில்குட்டனுக்கு பொன்னி மேல அன்பு வர்றதுக்காக, பொன்னியோட பெற்றோரை அநியாயமா இயக்குநர் கொன்னுட்டாரே என்ற நினைப்பே மேலோங்குகிறது.

இதுபோன்ற காரணங்களால் புழு, மலையன்குஞ்சு திரைப்படங்களை சற்று எட்ட நின்றே மதிப்பிட வேண்டியிருக்கிறது. பரியேறும் பெருமாள், அசுரன், கர்ணன், ஜெய் பீம் போன்ற தீவிர சாதிய விழிப்பு நிலையில் எடுக்கப்பட்ட திரைப்படங்களின் தாக்கம் இவ்விரு படங்களில் இருப்பதாக ஒருவர் கருத வாய்ப்புள்ளது. தமிழ்ச் சூழலுக்கு அந்தத் தீவிர விழிப்புநிலை தேவையான ஒன்று. மலையாளத்துக்கு இதுவரை தேவைப்பட்டதில்லை. பிறகு ஏன் முன்னேறி வந்த பாதையில் திரும்பி நடக்கிறார்கள்? வரப்போகும் திரைப்படங்கள் இந்த எண்ணங்களை உறுதி செய்யலாம் இல்லை தவறென்று புரிய வைக்கலாம்.

(நிழல் : செப். – நவம்பர் 2022)

வால்டர் பெஞ்சமின்

ஒரு திரைப்படத்தை அனுமதி பெற்றோ, அனுமதி பெறாமலோ தழுவுகிற வழக்கம் தொன்றுதொட்டே இருந்து வருகிறது. இந்தத் தழுவல்களை மறு உருவாக்கம் என்று மதிப்பளித்து எழுதுகிறவர்களில் விமர்சகர் ராஜன்குறை முக்கியமானவர். அவர் காட்சிப்பிழை திரை இதழில் எழுதியிருக்கும், கன்னியாகுமரியில் வால்டர் பெஞ்சமின் கட்டுரையில், மறு உருவாக்கத்துக்கு மதிப்பளிக்கும் கூறுகளை முதன்மைப்படுத்தி எழுதியுள்ளார்.

சினிமா என்ற கலைப்படைப்பை பெரும்பாலான அறிவுஜீவிகள் எதிர்த்தபோது அதனை ஆதரித்து கொண்டாடியவர் வால்டர் பெஞ்சமின். அவர் எழுதிய, தி வொர்க் ஆஃப் ஆர்ட் இன் தி ஏஜ் ஆஃப் மெக்கானிகல் ரீ புரொடக்ஷன் (இயந்திர பிரதியாக்க காலத்தில் கலைப்படைப்பு) என்ற கட்டுரையில் சினிமாவின் முக்கியத்துவத்தை எழுதியுள்ளார். இதனை அடிப்படையாக வைத்து தனது சினிமா கருத்துக்களை ராஜன்குறை, கன்னியாகுமரியில் வால்டர் பெஞ்சமின் கட்டுரையில் விரிவாக எழுதியுள்ளார்.

வால்டர் பெஞ்சமின் தனது கட்டுரையில் சில பிரதான அம்சங்களை குறிப்பிடுகிறார்.

1. பெரும்பாலான கலைப்படைப்புகளை பிரதி செய்ய முடியும். அப்படி பிரதி செய்யும் போது மூலப்படைப்பு (ஒரிஜினல்) தனியாகவும், பிரதி (காப்பி) வேறாகவும் இருக்கும். பிரதி மூலத்தை ஒத்திருந்தாலும் மூலம் சுமக்கும் காலச்சுவடுகள் பிரதிகளில் இல்லாததால் மூலம் வீர்யமுள்ளதாகவும், மதிப்பு வாய்ந்ததாகவும் கருதப்படும். உதாரணமாக, பிகாசோவின் ஓவியங்களை ஒருவர் அச்சு அசலாக அப்படியே பிரதி செய்தாலும், மூலத்தின் மதிப்பு அதற்கு கிடையாது. அதேநேரம் மூலம் பல கோடிகளுக்கு விலை போகும்.

2. இயந்திரத்தின் மூலம் பிரதி செய்யக் கூடிய கலைகளில் மூலம் என்ற தனித்துவம் இருப்பதில்லை. இதனால், மூலத்தை சுற்றியிருக்கும் ஒளிவட்டம் மறைந்து விடுகிறது. இது அச்சுக்கள் தோன்றிய காலகட்டத்திலிருந்து தொடங்குகிறது. பண்டைய நாணயங்கள் ஒரே அச்சில் வார்க்கப்பட்டன. இந்த நாணயங்கள் ஒவ்வொன்றும் மூலமாகவும், பிரதிகளாகவும் இருக்கின்றன. இவைகளுக்கு மாஸ்டர் பீஸ், அதாவது மூலம் என்ற ஒன்று இல்லை.

3. அச்சு எந்திரங்களின் வருகைக்குப் பிறகு. இயந்திரப் பிரதியாக்கம் தீவிரமடைகிறது. அச்சில் ஆயிரக்கணக்கான பிரதிகள் அச்சிடப்படுகின்றன.

4. அடுத்து புகைப்படக் கருவி. புகைப்படம் நெகடிவாக பதிவாகிறது. பிறகு பல லட்சம் பிரதிகளாக மாறுகிறது. ஆனால், மூலம் என்று இதில் எதையும் சுட்ட முடியாது. புகைப்படக் கருவி எதை காட்சிப்படுத்தியதோ அதைக்கூட புகைப்படத்தின் மூலமாக கருத முடியாது.

5. இறுதியில் சினிமா. சினிமா வெறுமனே உலக நடப்புகளை பிரதி செய்வதில்லை, புத்துருவாக்கம் — புதிதாக உருவாக்குகிறது. உதாரணமாக, வெடி வெடிக்கும் சத்தத்திற்கு ஒருவன் அதிர்ச்சியடைவதை படம் பிடித்து, அந்த வெடி சத்தத்திற்குப் பதில் கதவு தட்டப்படும் சத்தத்தை வைத்து, கதவு தட்டப்படும் சத்தத்திற்கு அவன் அதிர்ச்சி அடைவதாகக் காட்ட முடியும். அதாவது சினிமா மூலம் என்ற ஒன்றை இல்லாமலாக்குகிறது. அது நிகழ்வுகளிலிருந்து புதிதாக ஒன்றை உருவாக்குகிறது.

பெஞ்சமின் தனது கட்டுரையில் பிரதி செய்யக் கூடிய கலைகளைப் பற்றி மட்டுமே பேசுகிறார். இயந்திரத்தால் பிரதி செய்யக் கூடிய கலைகளில் மூலம் என்ற ஒன்று இல்லாமலாவதை குறிப்பிடுகிறாரே தவிர, மூலத்தைவிட பிரதி சிறப்பானது என்று குறிப்பிடவில்லை. பெஞ்சமினின் கருத்துக்களை விளக்க முற்படும் ராஜன்குறை அவற்றுடன் தனது சொந்தக் கருத்துக்களை இணைக்கிறார். அதனை விளக்குவதன் வழியாக ராஜன்குறை சொல்லும் மறுஉருவாக்க கோட்பாடு எத்தனை பலவீனமானது என்பதை அறிந்து கொள்ளலாம்.

1. மூலம் தனியாகவும், பிரதி தனியாகவும் இருக்கும், மூலத்துக்கான மதிப்பு பிரதிக்கு இருப்பதில்லை என்ற பெஞ்சமினின் கருத்தை விளக்க முற்படும் ராஜன்குறை, 'மூலத்தைவிட பிரதி திருத்தமாகவோ, வீர்யமாகவோ அமைந்தாலும் மூலம் நானே ஒரிஜினல் என்று பெருமை கொண்டாடும்' என எழுதுகிறார். இதற்கு அவர் ஓவியம், சிற்பம் என்று எல்லா கலைகளையும் உதாரணம் காட்டுகிறார். ராஜன்குறை முன்வைக்கும் இந்தக் கருத்து ஏற்புடையதா? லியோனார்டோ டாவின்சி வரைந்த மோனலிசா ஓவியத்தைவிட திருத்தமாகவும், சிறப்பாகவும் வரையப்பட்ட மோனலிசா ஓவியம் இருக்கிறதா? வான்கா வரைந்த சூரியகாந்தி ஓவியத்தைவிட திருத்தமாக வரையப்பட்ட சூரியகாந்தி ஓவியத்தை யாரேனும் கேள்விப்பட்டதுண்டா?

தனி மனிதர்களால் உருவாக்கப்படும் கலைப்படைப்புகள் தனித்துவமானவை. அவற்றை எவ்வளவு சிறப்பாக பிரதி செய்தாலும், மூலத்தைப் பார்த்து உருவாக்கிய இன்னொரு பிரதியாக இருக்குமேயன்றி, மூலத்தைவிட மேம்பட்டதாக மாறுவதில்லை. மூலம் பிரதி குறித்து பேசும் போது ராஜன்குறை முக்கியமான ஒன்றை தவறவிடுகிறார். வான்காவின் சூரியகாந்தி ஓவியத்தில் உள்ள ஒவ்வொரு வரியும், மஞ்சள் நிறத்துக்கு அவர் தந்த அழுத்தமும், அவரது கலை மனதில் உருவானவை, அவரால் கண்டு பிடிக்கப்பட்டவை, அவரது கலைத்தேடலின், நெருக்கடியின், கலை ஆளுமையின் வெளிப்பாடுகள். வான்காவின் தூரிகை புதிதாக ஒன்றை படைக்கிறது. அதையே ஒருவன் பிரதி செய்யும் போது வான்கா எதிர்கொண்ட எந்த படைப்பு

நெருக்கடியையும், சவாலையும் அவன் எதிர்கொள்வதில்லை. அவன் எதையும் புதிதாக படைப்பதில்லை. வெறுமனே ஓவியத்தை பிரதி செய்கிறான். இங்கு ஓவியம் படைக்கப்படுவதில்லை, பிரதி செய்யப்படுகிறது. வான்காவின் சூரியகாந்தி ஓவியத்தைப் போல் போலிகள் பல இருந்தாலும் வான்கா வரைந்த மூல ஓவியத்துக்கு பல கோடிகள் மதிப்பு இருப்பதற்கான காரணம் இதுவே. இந்த மதிப்பை எத்தனை போலிகள் வந்தாலும் அழிக்க முடியாது.

அதேநேரம், தொழில்நுட்பம் சார்ந்த சினிமா போன்ற கூட்டு கலைப்படைப்புகளில் ராஜன்குறை சொல்லும் திருத்தமான படைப்பு சாத்தியம். தமிழில் தயாராகும் வணிக சினிமாக்களின் ஆதாரங்களான இசை, நடனம், சண்டைக் காட்சிகள் அனைத்தும் தொழில்நுட்பத்துடன் வளரக் கூடியவை. எண்பதுகளில் வந்த நடனக் காட்சிகளைவிட இப்போது அதிநவீன விளக்குகள், கேமராக்கள், பிரமாண்ட செட்கள் என நடனக் காட்சி மேம்பட்டிருக்கிறது. கத்தி வைத்து அரங்கத்துக்குள் துள்ளி குதித்தது போய் பறக்கும் விமானத்தில் இன்று சண்டையிடுகிறார்கள். இவையெல்லாம் சரி, கதை மாறக்கூடியதா என்று கேட்கலாம். வணிக சினிமாவின் கதையும்கூட மேம்படுத்தக் கூடியதே. கதையை எங்கு வேண்டுமானாலும் வெட்டலாம், எதை வேண்டுமானாலும் ஒட்டிக் கொள்ளலாம். பிடுங்கி இன்னொரு இடத்திலும் நடலாம். எதுவும் ஆகாத பிளாஸ்டிக் செடி அது.

ரஜினியின் பில்லாவைப் பிடுங்கி மலேசியாவில் வைத்தார்கள். என்ன குறைந்து போயிற்று? தெலுங்கு ஒக்கடுவைவிட அதன் தழுவலான கில்லியின் கிளைமாக்ஸ் கச்சிதமாக அமைந்திருக்கும். ஸ்பைடர்மேனைவிட தி அமேசிங் ஸ்பைடர்மேன் சிறப்பாகத்தானே இருக்கிறது. இந்த இடத்தில் தமிழின் சிறந்தப் படங்களில் ஒன்றாக சொல்லப்படும் உதிரிப்பூக்களை ஏன் யாரும் ரீமேக் செய்ய முன் வரவில்லை என்று யோசிக்க வேண்டும். பாலுமகேந்திராவின் வீடு மீது யாரேனும் கைவைப்பார்களா? சந்தியா ராகத்தை? ருத்ரய்யாவின் அவள் அப்படித்தான்? இவற்றை விருப்பப்படி வெட்ட முடியாது. அப்படியே பிடுங்கி வேறொரு இடத்தில் நட முடியாது. அதன் உள்ளார்ந்த சாரத்தை உணர்ந்து அதில் தோய்ந்து போனால் அன்றி இவற்றை பிரதி செய்ய முடியாது. அப்படியொரு முயற்சி இதுவரை தமிழில்

நடந்ததில்லை. அப்படி நடந்தாலும் அது மூலத்தைப் பார்த்து செய்த இன்னொரு பிரதியாக கருதப்படுமேயன்றி மூலத்தைவிட மேம்பட்டதாக ஆகாது.

2. அச்சுக்கள் மூலம் உருவாக்கப்படும் நாணயங்களில் ஒவ்வொரு நாணயமும் மூலமாகவும், பிரதியாகவும் இருப்பதாக வால்டர் பெஞ்சமின் தனது கட்டுரையில் குறிப்பிடுகிறார். இதனை ஒத்துக் கொள்ளும் ராஜன்குறை, ஏன் அவர் அப்படி சொல்கிறார் என்பதை விளக்கும்விதமாக ஒரு கருத்தை முன் வைக்கிறார். இந்த நாணயங்களை உருவாக்கும் அச்சுக்களையும் மூலம் என்று சொல்ல முடியாது. ஏனெனில், நாணயங்களில் மேடாக இருக்கும் பகுதி, அச்சில் குழிவாக இருக்கும் என்று எழுதுகிறார்.

வால்டர் பெஞ்சமின் நாணயங்கள் குறித்து கூறியதை சரியாக உள்வாங்கிக் கொள்ளாமல் ராஜன்குறை இவ்விதம் எழுதியதாகவே இதனை கொள்ள முடியும். அது ஏன் என்பதை நான்காவது பத்தியில் விரிவாக பார்க்கலாம்.

3. அச்சு எந்திரம் கண்டுபிடிக்கப்பட்ட பிறகு நிறைய புத்தகங்கள் அச்சிடப்பட்டன. இந்த இடத்தில் ராஜன்குறை வால்டர் பெஞ்சமின் சொல்லாத கருத்து ஒன்றை கேள்வியாக எழுப்புகிறார். அதாவது, ஒரு புத்தகத்தில் எதை மூலம் என்று சொல்வது? முதலில் அச்சிட்ட புத்தகத்தையா இல்லை எழுத்தாளரின் கையெழுத்துப் பிரதியையா என்று கேட்கிறார்.

அனைத்து கலை வடிவங்களையும் ராஜன்குறை ஒரே தராசில் வைப்பதால் உருவாகும் கருத்து மயக்கம் இது. சிற்பம், ஓவியம், கட்டடக்கலை போன்ற கலை வடிவங்களில் அவற்றின் புறவடிவமும் முக்கிய பங்கு வகிக்கிறது. உதாரணமாக, தஞ்சை பெரிய கோவிலை இருபதடியில் ஒருவர் உருவாக்கினால், பிரமாண்டமான தஞ்சை பெரிய கோவில் தரும் அனுபவத்தை இருபதடி பிரதி தருவதில்லை. ஆனால், எழுத்து என்பது இதிலிருந்து மாறுபட்டது. தண்ணீரைப் போல எந்த ஜாடியில் ஊற்றினாலும் அதன் தன்மை மாறுவதில்லை. காஃப்காவின் விசாரணை நாவலை கிரவுன் சைஸ் புத்தக வடிவில் படித்தாலும், டெம்மி சைஸ் வடிவில் படித்தாலும் கிடைப்பது ஒரே அனுபவம்தான். எழுத்தின் கலானுபவம் அதன் புத்தக அளவையோ, முதல் பிரதி,

இரண்டாம் பிரதிகளை பொறுத்ததோ அல்ல. அப்படியானால் எழுத்தின் மூலம் எது? ஆல்பர் காம்யூவின் அந்நியனை வெ.ஸ்ரீராம் மூலத்திலிருந்து மொழிப்பெயர்த்தார் என்கிறோம். அதாவது காம்யூ எழுதிய பிரெஞ்ச் மொழியிலிருந்து என்று பொருள். இங்கு மொழியும், படைப்பாளனின் சிந்தனையுமே மூலமாக உள்ளது. புத்தகத்தின் வடிவமோ பிறவோ அல்ல.

4. புகைப்படம் முதலில் நெகடிவ்வாக பதிவாகிறது. பிறகு பல லட்சம் பிரதிகள்வரை போடப்படுகிறது. அவை ஒவ்வொன்றும் பிரதியாகவும், மூலமாகவும் இருக்கிறது என்று சொல்லும் வால்டர் பெஞ்சமின், எதை நாம் புகைப்படமாக எடுத்தோமோ அதையும் புகைப்படத்தின் மூலமாக கொள்ள முடியாது என்கிறார். உதாரணமாக சூரியனை நாம் புகைப்படம் எடுத்தால், அந்தப் புகைப்படத்தின் மூலமாக சூரியனை சொல்ல முடியாது என்கிறார். மேலும், அந்தப் புகைப்படம் தன்னளவில் மூலமாகவும், பிரதியாகவும் இருப்பதாக கூறுகிறார்.

வால்டர் பெஞ்சமினின் இந்தக் கருத்தை ராஜன்குறை பின்வருமாறு விளக்குகிறார்.

‘ஒரு சிலரின் முகம் போட்டோஜெனிக் என்று அழைக்கப்படுவதை அறிவோம். அதன் பொருள் போட்டோவில் அது புதிதாக பிறக்கிறது அல்லது தோன்றுகிறது என்பதுதான். என்னுடைய மனைவி எடுக்கும் என்னுடைய புகைப்படங்களைப் பார்க்கும் என்னுடைய நண்பர்கள் மிகக்கவனமாக நன்றாக இருக்கிறது என்று கூறுவதை கவனித்திருக்கிறேன்’ என்று எழுதுகிறார்.

ஒரு பொருளை நேரில் பார்ப்பதற்கும், புகைப்படத்தில் பார்ப்பதற்குமான வேறுபாட்டையே ராஜன்குறை குறிப்பிடுகிறார் என்பது அவரது கூற்றிலிருந்து தெளிவாகிறது. ஆனால், இந்த எளிமையான அர்த்தத்திலா வால்டர் பெஞ்சமின் இதனை குறிப்பிடுகிறார்?

சூரியனை புகைப்படம் எடுக்கிறோம் என்று வைத்துக் கொள்வோம். அந்த புகைப்படத்தை சூரியனின் பிரதி என்று சொல்ல முடியாது. சூரியனுக்கு ஒரு குணம் இருக்கிறது, நிறை

இருக்கிறது, மிகப்பெரிய வடிவம் இருக்கிறது. ஆனால், சூரியனை எடுத்தப் புகைப்படத்தில் இவை எதுவும் இருப்பதில்லை. சூரியனிலிருந்து எல்லாவகையிலும் மாறுபட்டது சூரியனின் புகைப்படம். அதனால்தான் அச்சு நாணயங்களைப் பற்றி குறிப்பிடுகையில் எல்லா நாணயங்களும் மூலமாகவும், பிரதியாகவும் இருக்கிறது என்கிறார் வால்டர் பெஞ்சமின். ஒரு நாணயத்தின் வடிவம், நிறை என்று எல்லா அம்சங்களும் இன்னொரு நாணயத்தை ஒத்திருக்கின்றன. ஆனால், சூரியனின் நிறையோ, குணமோ, மிகப்பெரிய வடிவமோ புகைப்படத்தில் இருப்பதில்லை. அதனால், சூரியனிடமிருந்து எடுக்கப்பட்டாலும் அதன் புகைப்படம் ஒரு தனித்த கலை வடிவமாக இருக்கிறது.

புகைப்பட விஷயத்தில் ஏதாவது ஒரு பொருள் — சூரியனோ, இல்லை பூனையோ ஏதோ ஒன்று தேவைப்படுகிறது. நாணய விஷயத்தில் ஆறு தலையுள்ள பாம்பு, நாலு கொம்புள்ள மாடு என்று எதை வேண்டுமானாலும் நீங்கள் கற்பனை செய்து உருவாக்கலாம். மேலும், நாணயத்திற்கும் அதனை உருவாக்கும் அச்சிற்கும் நிறை, குணம், வடிவம் என அனைத்துமே மாறுபட்டவை. இதனால்தான் நாணயங்கள் விஷயத்தில் மூலமே இல்லை என்று வால்டர் பெஞ்சமின் விரிந்த தளத்தில் குறிப்பிடுகிறார். ராஜன் குறையோ அச்சில் மேடானது நாணயத்தில் குழிவாக இருக்கும், அதனால்தான் நாணயத்தில் மூலமே இல்லை என விளக்க முற்படுகிறார்.

5. இயந்திர பிரதியாக்கத்தின் ஆகச்சிறந்த வடிவம் சினிமா. வெடிச் சத்தத்துக்கு அதிர்கிறவனை கதவு தட்டும் சத்தத்துக்கு பதறுவதாக காட்டலாம், நாலடி உயரத்திலிருந்து குதிப்பதை நாலாயிரம் அடியாக மாற்றலாம், அண்டாவை கவிழ்த்துப் போட்டு சிவலிங்கமாக மாற்றலாம். எது வேண்டுமானாலும் செய்யலாம். இங்கு மூலம் என்பது முற்றிலுமாக தகர்க்கப்படுகிறது.

இயந்திரத்தால் பிரதி செய்ய முடிகிற கலைகள் ஜனநாயகப் பண்புடன் இருப்பதாக பெஞ்சமின் கூறுகிறார். மேலும், மக்கள் திரள் தூரமாக இருப்பதை அருகில் கொண்டுவர விழைகிறது என்றொரு கருத்தையும் முன்வைக்கிறார். இவை இரண்டையும் பெஞ்சமின் தரும் உதாரணத்திலிருந்தே புரிந்து கொள்ளலாம்.

செய்தித்தாள்களில் சைக்கிள் ரேஸ் பற்றி புகைப்படத்துடன் செய்தி வருகிறது. பேப்பர் போடும் பையன்கள் சைக்கிள் ரேஸைப் பற்றி ஆர்வமாக பேசுகிறார்கள். நாளடைவில் அந்த ரேசில் அந்த சிறுவர்களே பங்கு பெறுகிறார்கள். பத்திரிகையை அதிக அளவில் பிரதி செய்து விநியோகிக்க முடிவதால் இந்த விளைவுகள் ஏற்படுகின்றன. இதனால் யாரோ ஒருவன்தான் கலைஞன், ஒருவன்தான் விளையாட்டு வீரன் என்ற நிலை மாறிவிடுகிறது. பத்திரிகையை பிரதி செய்ய முடியாமல் போயிருந்தால் ரேஸைப் பற்றி அந்தச் சிறுவர்கள் அறிந்திருக்க முடியாது. சினிமா இதன் உச்சம். பிரான்சில் கோடார்ட் இயக்கிய படத்தை பிரான்சில் உள்ளவர்கள் பார்த்து எந்தவகையான அனுபவத்தை பெற்றார்களோ அதே அனுபவத்தை ஒரு டிவிடி யில் அமைந்தகரையில் உள்ள ஒருவனும் பெற முடியும். அதே பிரான்சில் உள்ள பிரதி செய்ய முடியாத கலை வடிவமான ஈபிள் டவரை ஒருவன் அனுபவப்பட வேண்டும் என்றால் ஈபிள் டவர் இருக்கும் இடத்திற்குதான் செல்ல வேண்டும். புகைப்படத்திலோ, சலனப்படத்திலோ ஈபிள் டவரைப் பார்த்து அதனை நேரில் பார்க்கும் பரவசத்தை அனுபவப்பட முடியாது. இயந்திர பிரதியாக்கத்துக்கு உள்படும் கலைகள் எளிதாக மக்களை சென்றடைகின்றன, ஒரு கட்டத்தில் அவர்களும் அதில் பங்களிப்பு செலுத்துகிறார்கள். இந்த ஜனநாயக தன்மைக்காகவே பெஞ்சமின் சினிமாவை கொண்டாடுகிறார். மக்கள் தொலைவில் இருப்பதை அருகில் கொண்டுவர விழைகிறார்கள், அதன் விளைவே இயந்திர பிரதியாக்க கலைகள்.

ராஜன் குறை இந்த கருத்தை புரிந்து வைத்திருக்கும் விதத்தை பார்ப்போம்.

ராஜன்குறை கன்னியாகுமரிக்குச் சென்ற போது, ஜனங்கள் கூட்டம் கூட்டமாக சூரிய அஸ்தமனத்தை புகைப்படம் எடுப்பதைப் பார்த்திருக்கிறார். தொலைவில் இருக்கும் சூரியனை அவர்கள் புகைப்படம் எடுத்து பக்கத்தில் வைக்க விழைகிறார்கள். இதையே பெஞ்சமின் குறிப்பிடுகிறார் என எழுதுகிறார். பெஞ்சமின் கூறியிருப்பதன் பொருள் நாம் மேலே குறிப்பிடுவதா இல்லை ராஜன் குறை சொல்லும் விளக்கத்தையா என்பதை வாசகர்களே முடிவு செய்து கொள்ளலாம்.

பெஞ்சமின் இந்தக் கட்டுரையை எழுதியது 1936 ல். சினிமா அதன் முழு வீச்சை எட்டாத தொடக்க காலம். அப்போதே சினிமாவின் பண்புகளை விரிவாக அலசியுள்ளதை பார்க்கலாம். அவரின் சினிமா குறித்த கவனிப்பு அசாத்தியமானது. தனது கட்டுரையில் பிரதி செய்ய முடிகிற கலைகளின் ஜனநாயகத்தன்மை குறித்து பேசியிருக்கிறார். பிரதி செய்ய முடியாத கலைகளின் மீது படிந்திருக்கும் அதே ஒளிவட்டம் வேறு வகையில் பிரதி செய்ய முடிகிற கலைகளில் இருப்பதையும் சுட்டிக் காட்டியிருக்கிறார். இரண்டையும் மிகக் கவனமாக — இரண்டும் ஒன்றே என்பதான கோணிப் பைக்குள் திணிக்காமல் தவிர்த்திருக்கிறார்.

பெஞ்சமின் உணர்ந்து தவிர்த்த கோணிப்பை திணிப்பை வலிந்து செய்ய முயன்றிருக்கிறார் ராஜன் குறை. மூலமும் ஒன்றே பிரதியும் ஒன்றே என்ற பொருந்தா கோட்பாட்டை எல்லா கலைகளின் மீதும் திணிக்கிறார். இவர் எழுதிய புத்தகத்தின் ஒளி நகலை எடுத்தவன் அந்த ஒளிநகலில் தனது பெயரைப் போட்டு புத்தகமாக வெளியிட்டால் — மூலமும், பிரதியும் ஒன்றே என்ற கோட்பாட்டின்படி அதனை ஒத்துக் கொள்வாரா?

பெஞ்சமினின் கட்டுரை ஆழமான கருத்துகளும், உள் முரண்களும் நிறைந்தது. அதனை பேராசிரியர் தமிழவன் தட்டையாகப் புரிந்து கொண்டிருக்கிறார் என்று ராஜன் குறை எழுதுகிறார். இது ராஜன் குறைக்கும் பொருந்தும்.

(தமிழ்.வெப்துனியா. காம் : 03-03-2012)